झाडवाटा

आनंद यादव

मेहता पब्लिशिंग हाऊस

✆ +91 020-24476924 / 24460313

Email : info@mehtapublishinghouse.com
production@mehtapublishinghouse.com
sales@mehtapublishinghouse.com

Website : www.mehtapublishinghouse.com

ZADVATA by ANAND YADAV

झाडवाटा : आनंद यादव / कथासंग्रह

© स्वाती आनंद यादव
५, 'भूमी', कलानगर, पुणे-सातारा रस्ता, पुणे - ४११०४३.

प्रकाशक : सुनील अनिल मेहता - मेहता पब्लिशिंग हाऊस,
१९४१ सदाशिव पेठ, माडीवाले कॉलनी, पुणे - ४११०३०.

अक्षरजुळणी : एच. एम. टाईपसेटर्स, ११२०, सदाशिव पेठ, पुणे - ४११०३०.

मुखपृष्ठ : चंद्रमोहन कुलकर्णी

प्रकाशनकाल : ऑगस्ट, २००० / जानेवारी, २००६ / मार्च, २०१३
पुनर्मुद्रण : सप्टेंबर, २०१७

P Book ISBN 9788177660463
E Book ISBN 9789386454430

E Books available on : play.google.com/store/books
www.amazon.in

रा. रं. बोराडे आणि भास्कर चंदनशिव यांना –
तुम्ही मराठवाड्याच्या ग्रामीण साहित्याला
प्रथमच प्रतिष्ठा मिळवून दिली.

आनंद यादव

अनुक्रमणिका

एका दगडी घराचा इतिहास

जाधवाच्या वळणाजवळ वळल्यावर दुसरंच घर दोनमजली लागतं. गल्लीत एवढंच घर दोनमजली. रस्त्याच्या डोसक्यावर पाय देऊन ताठ उभं राहिलेलं. दुहेरी हाडाच्या माणसागत रुंदट आणि उभटही. काळ्या दगडांच्या रुंद भिंती. दुसऱ्या मजल्यावर रस्त्याकडंच्या बाजूला दोन उग्र खिडक्या. त्या खिडक्यांतनं आतला दिसणारा काळोख... ह्या खिडक्या आपला अंत न लागू देणाऱ्या काळोखातनं वस्तीकडं बघायच्या. गावाच्या पलीकडं त्यांच्या मालकीचा मळा आहे. त्याच्या राखणीसाठी भीमाचा खडा पहारा गर्दन ताठ करून चालायचा. दीस बुडल्यावर ह्या घरात जाणारा परका माणूस परत येईल की नाही, याची काळजी रस्त्याला वाटायची... तेव्हा या घराजवळचा रस्ता फार सावध होता. त्याला रोज लोटलं जायचं. इतकं लोटलं जायचं की त्याची तिथली सगळी धूळ बाजूला सारलेली असायची. अंग उघडं पाडून आतले खडे बाहेर यायचे. तिथनं जाणाऱ्या प्रत्येक अनवाणी माणसाला ते चावायचे. त्या नादात माणूस पायांसमोर बघून चालायचं. ह्या दाराच्या आत कधी त्याला बघणंच व्हायचं नाही.

पण आता ह्या भिंतींतल्या दगडांच्या सांदरींतला चुना ठिसूळ होऊन निखळू लागला आहे. वरची उजव्या बाजूची एक खिडकी बुजवलेली आहे. त्यामुळं दुसरी खिडकी जास्तच उग्र वाटते. बुजवलेल्या खिडकीमुळं खुनात डोळा फुटलेल्या जानू पैलवानागत ते घर वाटतं. आसपासची घरं आता निर्धास्त आहेत... पूर्वी ती वाघाशेजारी बांधलेल्या शेळीगत अंग चोरून बसायची. कधी मध्यरात्री शहारून उठायची... खोल विहिरीतल्या पाण्यागत साचून स्तब्ध उभा राहिलेला थंड काळोख. त्यातनं करकर वाजत गेलेलं पायताण. दारातल्या पायरीच्या दगडावर दांडा घालण्यासाठी ठोकलेल्या कुऱ्हाडीचा आवाज. कधी परत येऊन निखळताना झालेली खणखण. दगडी चौकटीच्या जाड फाळ्यांच्या दारावर पडणाऱ्या दणकट थापा...

"दार उघडा गं."

वाऱ्यानं ढग दुभंगल्यागत दार गडगडत मागं सरकलं. भीमा येईपर्यंत किशीला काळजी लागून राहिलेली. सोप्यातल्या खुंटीवरची कुऱ्हाड लालभडक कुंकू लावून बाहेर गेली होती. तिची निजायची मधली खोली दाराकडं कान लावून रातभर बसलेली. लांब दशांचं जाड धनगरी घोंगडं अडदणीवर लोंबकळत पडलेलं. अंथरलेल्या

बोऱ्यावरची वाकळ आता कोणता वास अंगावर लोळणार याची वाट बघत असलेली... आणि दार गडगडलं.

न्हाणीत जाऊन कुऱ्हाड धुतली गेली. खास तिच्यासाठी काखवाव अंतरावर भिंतीत ठोकलेल्या दोन खुंट्या त्या कुऱ्हाडीला मानेवर धरून तशाच वाकून उभ्या राहिल्या. दुसऱ्या मजल्यावरच्या खिडक्यांनी काळोखाचा आंबट घामट वास घेतला आणि त्या त्याचा जास्तच वेध घेऊ लागल्या.

भीमा जेवला. लालभडक सांबारं वाडग्यावाडग्यानं भातावर ओतलं. भात रंगून गेला. लांडग्यानं कोवळ्या कोकराचे लचके तोडल्यागत त्यानं भाताचे तोबरे भरले. पाण्यानं भरलेला तांब्या अपराध्यागत मोकळा होऊन खरकट्यात पडला.

रात संपली. दीस उजेड उजेड करत वरती आला, तरी भीमा उठला नाही. त्याची झोपच संपली नव्हती. त्याला पोटात निर्धास्त घेऊन घर तसंच दगडासारखं उभं. ...रस्ता मात्र बुचकळ्यात पडला होता. त्याच्यावरनं अनेक पावलं हडबडून पवाराच्या मळ्याच्या वाटंकडं पळत होती. कुणी तरी खून केला होता. खून झालेला पवाराचा बाळ्या शेंडाच्या आडाला तसाच खापलून पडला होता.

...भीमाच्या मोरीतनं गेलेलं लालसर पाणी घरानं मागच्या बाजूला जिरवून टाकलं होतं आणि ते गर्दन उंचावून आभाळाकडं बघत बसलं होतं.

...जन्मापासनं घराच्या विटेविटेत हे पाणी भिनलेलं आहे. म्हणूनच त्यांचा लाल रंग पक्का आहे. लांब विजापूरकडच्या भागातनं गावपाटलाचा खून करून हे तिघे भाऊ आपल्या अठरा वर्षांच्या रांडमुंड बहिणीसह पळून आले नि ह्या घराचा जन्म झाला.

ह्या घरानं त्या वेळी कुंभाराच्या निम्म्या विटा कच्च्या म्हणून त्याचे पैसे दिले नाहीत. गवंड्यांबरोबर शेवटी भांडणं काढली. माती आणून टाकणाऱ्या एका गाडीवानाला हिशेब चुकता केला नाही म्हणून मारलं. सगळ्या गावातली माणसं घरावर काम करून करून मधनंच हिशोब मिळत नाही म्हणून निघून गेली... सगळ्यांना पुरून हे घर उठलं.

म्हणून ह्या घराला राणोजीचा गरीब, कष्टाळू पाय आपल्या भुईला लागू नये असं वाटतं. घराच्या ताठर वळणात तो बसतच नाही. पण ह्याचा एक पार आतला कोपरा मधला भाऊ असलेल्या त्या राणोजीच्याच कष्टानं भरलेला आहे, त्याची जाणीव ह्या घराला फारशी नाही.

राणोजीही ह्या घराच्या भुईवर फारसा ठरत नाही. खुशाल मळ्यात जाऊन बसतो. एक विहीर. एक मोटेचा मळा. रान काळंभोर. पण घराच्या सदैव जागणाऱ्या खिडक्यांची नजर ह्या रानाच्या आसपासच्या बाजूवर बेरकीपणानं खिळलेली. तिला वाटतं, आसपासची रानं वीतभर, हातभर जमतील तेवढी आपल्या हद्दीत ओढून

घ्यावीत... पण बांधांच्या पलीकडं आग जळत असते. शेजारी काठ्या, कुऱ्हाडी घेऊनच जवान शेतकरी फिरत असतात. कारण त्यांना ठाऊक झालेलं असतं की पलीकडच्या नांगराचं एकएक तास आपल्या हद्दीत घुसून पत्ता नाही ते रान कातरून घेत असतं.

एकदा पेरणीसाठी रान न्याहार करायला राणोजीचा कुळव फिरत होता. राणोजी बांधाकडेनं कुळव मारत असताना एकाएकी त्याच्यावर काठ्यांचा पाऊस पडला होता. त्याला एकटाच बघून झोडपला होता. राणोजी फुटलेलं डोसकं तसंच घेऊन गावात बोंबलत आला. मार खाऊन तसाच आलेल्या गरीब राणोजीला बघून घरानं लाख लाख शिव्या दिल्या...

भीमा म्हणाला, ''कुणाच्या वसाचा हाईस रं सुक्काळीच्या? एखाद्याची मुंडी मुरगाळून तिथंच त्याला मातीत घालायचा न्हाईस काय? फुटकं थोबाड घेऊन मला दाखवायला आलाईस?''

भीमा आणि मारुती हातात कुऱ्हाडी घेऊन त्या नाचवत रानात गेले. पण शेजाऱ्याच्या खोपीत कुणीच नव्हतं. मांडवात बैलं खुशाल चारा खात उभी होती.

...दुसऱ्या दिवशी रात्री शेजाऱ्याची खोप कशानं तरी पेटली. राणोजीच्या मळ्यातली विहीर पाणीच द्यायचं नाही म्हणून काळोखात जमिनीच्या आडाला उभी राहून हासत होती. घरालाही समाधान लाभलं. राणोजीच्या गोदाला पानंफुलं आली.

तिला पाचसात पोरं. लहानगं कोणतं, थोरलं कोणतं काही कळायचं नाही. सगळी उठून अंथरुणातच सकाळी सकाळी भांडायला लागायची. कालवा करायची. मुद्दाम एकेकांसमोर जाऊन कुंथून कुंथून पादायची आणि खिदीखिदी हासायची. दरवाजा उघडून सटासटा रस्त्यावर यायची आणि दुसऱ्याच्या वळचणीला जाऊन गटारीकडंला बसायची. कुणीही त्यांना बोलायचं नाही. तशीच खरकटी रस्त्यावर खेळायची. तरीही त्यांना कुणी 'बाजूला खेळा' म्हणायचं नाही... घराची नजर त्यांच्यावर असे.

''आई, पाणी घाल.'' दारात ओरडा सुरू होई. घरातनं गोदा येई. पाणी घालून आत निघून जाई. ...पोरं उठून गेली की त्या त्या घरातल्या बायका गुमान येऊन पोरांच्या घाणीवर माती घालायच्या नि ती गटारीत खराट्यानं ढकलून द्यायच्या. नाकानं फुसफुस करत आपआपल्या घरात निघून जायच्या...

ह्या घराला वाटायचं की त्या बायकांचं ते कामच आहे. त्यांना गरज असेल तर त्यांनी ते स्वच्छ करावं. रस्ता काय त्येंच्या बापजाद्यांचा नाही. तिथं बसणं आपल्या पोरांचा हक्कच आहे.

...ह्या घराला पोरांनी मारलेली ढेकणं,पुसलेला शेंबूड, कोळशाच्या रेघोट्या आपल्या भिंतीच्या अंगांवर वागवायला अभिमान वाटायचा. दिवसभर ह्याच पोरांनी

रस्ता खाल्लेला असायचा, पण तो गप्प बसायचा. कारण हे घर त्याच्या डोक्यावर कायमचा पाय देऊन उद्दाम उभं.

राणोजीच्या पोरांपेक्षा भीमाच्या बायकोचा म्हणजे किशीचा अभिमान ह्या घराला जास्त होता. कारण तिनं ह्या घराच्या भिंतीतनं पैसाअडका, भांडीकुंडी, गोरगरिबांचा संसार भरपूर भरून ठेवला होता...

''मालकीणबाईऽऽ''

''काय गं?''

''थोडी नड काढता का शंभर रुपयांची?''

''काय आणलीयास घाणवट टाकायला?''

''डोरलं हाय गळ्यातलं.''

''ठेवून जा. उद्या सोनाराला दाखवून आणती. मग पैशांचं सांगीन.''

रुपयाला महिन्याला पंचवीस पैसे व्याज. ऐंशी रुपये नेले की महिन्याला त्याचे शंभर रुपये व्हायचे. वर्षभर शंभर रुपये नेले की व्याजासह चारशे रुपये परत द्यावे लागायचे. मग कुणी वस्तू सोडवायला यायचंच नाही... पितळेचे तांबे, सोन्याचे दागिने, जोडवी-मासोळ्या वर्षभरात गडप होऊन जायच्या. हे सगळं एका पोरासाठी आणि तीन लेकींसाठी भीमाची बायको करायची.

मारुतीला एकही पोर नव्हतं. म्हणून तो शेतावर कामालाच जात नव्हता. खुशाल गावातनं हिंडून खायचा. तालमीत जाऊन दिवसभर पडायचा. तिथंच इस्पिटांवर पैसे लावून खेळायचा. कोर्टात जाऊन खोट्या साक्षीचा धंदा करायचा.

''मारुती, खोटी साक्ष कशाला दिलीस?''

''काय? कुणाच्या बापाचं भ्या हाय काय?''

''तसं न्हवं. आमची नुकसानी हुती.''

''मग त्येला मी काय करू? तुमच्या उलट्या साक्षी काढा. वाटलंच तर फुडच्या डावाला मला बलवा.''

विचारायला आलेला तोंडात मारल्यागत निघून जायचा. आणि जास्तच कुरबूर करू लागला तर ''गऽप कुऱ्यागत जा, न्हाई तर रातचं खोपाट जाग्यावर ऱ्हायाचं न्हाई.'' म्हणून दम मिळायचा.

फटाकडीगत राहिलेली बायको राधी पाण्याला जरी गेली तरी भांडणं करून यायची.

''एवढ्या दोन घागरी घेती, बाई. गडबड हाय.''

''आणि आम्ही का बसायला आलोय?''

''एऽ सर बाजूला. कंबीच्या पाळीत मी घेतीया.'' राधा गुरगुरायची.

''कंबी गेली आपल्या घागरी भरून. माझ्या एवढ्या घागरी भरल्यावर मग

तुमचं तुम्ही काय तरी करा.'' पाळी असलेली बाई आपली घागर लावायची.

मग राधा चावीच बंद करून तिच्यावर हात ठेवी. दुसरी तो हात उचकटून चावी सुरू करण्यासाठी झट्याझोंब्या घेऊ लागे. एकमेकीच्या झिंज्या ओढल्या जायच्या. मग राधा घराकडं आरडाओरडा करत जाई. भांडणारी चावीला घागर लावी.

राधी घराकडं गेल्यावर नवऱ्याला सांगे. मारुती आग आग होत घरातनं धावत यायचा. भांडणारीची घागर चावीखाली असेल तर मणाचा दगड घागरीवर टाकायचा. घडी घातलेल्या कागदागत घागर दुमती होई. चपलीनं मारल्यागत तोंड करून भांडणारी रडत घराकडं निघून जाई.

मळ्याच्या वाटेवर सत्तू पसारीण राहत होती. नवरा नसलेली बाई. तिचा सातआठ एकरांचा जमिनीचा काळा डाग. घरची जमीन. तेरा-चौदा वर्षांचा पोरगा आणि नऊ-दहा वर्षांची पोरगी यांच्यासाठी संसार करत होती. मळ्यात राबत होती. घरात भरपूर दाणापाणी. मारुती मळ्याकडं कधीकधी जाता येता तिच्या घरात जाऊन पाणी पीत होता. कधी नुसताच विरंगुळ्यासाठी तिथं जाऊन बसत होता. पुढंपुढं रानातल्या कामांची घडी घालून देऊ लागला. पसारणीवर तिच्या भाऊबंदांनी कोर्टात केस घातली होती. तेव्हा कोर्टात जाऊन तिची आणि वकिलाची गाठ घालून दे, कुठं तिकिटं आणून दे, साक्षीदार बोलाव, पैशांचा हिशेब ठेव, तारखेच्या दिवशी उगीच जाऊन हजर राहा, असं करू लागला. कधी दुपारचं ऊन झालं म्हणजे तिच्याच घरात झोपू लागला.

एक दिवस सत्तू पसारणीची चोरी झाली. कशी झाली, कधी झाली तिला पत्ताच लागला नाही. ती अधूनमधून घर बंद करून रानात जात होती. अशा वेळी ती कधीतरी झाली होती. तिच्या चुलीच्या पाठीमागच्या निवण्यात पुरून ठेवलेला दागिन्यांचा डबाच कुणी पळवून नेला होता... अकरा पुतळ्यांची माळ, दीड-दोन तोळ्यांची टीक, जोडवी, आणि घर म्हणून ठेवलेले हजारभर रुपये सगळंच कुणी तरी लांबवलं होतं... मारुतीनं तिला चोरी शोधून काढण्यासाठी खूप मदत केली.

''कुणावर संशेय घ्यायचा? झालं गेलं मुकाटपणं सोसायचं झालं आता. असंल देवाच्या मनात तर कुठंबी देईल. कदाचित कोर्टातली केस आपल्या बाजूनं हुईल नि भांडणातलं रान नेमाप्रमाणं आपल्या वाट्याला येईल. काय भिऊ नगं. मी हाय, गप तू.'' असं म्हणून त्यानं तिला गप केलं.

पुढं सालभर वळणावरच्या दुमजली घराच्या पोटात आनंदीआनंद झाला... जुगारात मारुतीला पैसा मिळाला म्हणे. त्यानं बायकोच्या अंगावर बोर मण्याची माळ आणि चित्ताक केलं. जाड जाड अशा सोन्याच्या दोन अंगठ्या स्वतःच्या बोटांसाठी घडवल्या. राधी दागिनं घालून दुसऱ्या मजल्याच्या खिडकीत जाऊन निवडपाखड करत बसू लागली. रस्त्यानं जाणायेणाऱ्या बायकांना बोलवू लागली. खिडकी

सोन्यासारखी पिवळी पिवळी दिसू लागली...

...आणि एक दिवस घराचं तोंड उतरून गेलं. त्याच्या पोटात काही तरी नको नको ते वाढत होतं. आतापर्यंत त्याचा कुणालाच पत्ता नव्हता. पारूची पाळी चुकली आणि घरात सगळ्यांना कळलं. तिसाव्या वर्षी विधवा असतानाही तिची पाळी चुकली. नवरा मेल्यावर ती इकडंच येऊन भावांजवळ राहिली होती.

घर धुमसायला लागलं. अचानक रात्री उठून घुमायला लागलं. पारू शेतावर जाताना वाटेत कुठं कुठं थांबते, शेतात कामं करताना कुणाशी बोलते, मळ्यातल्या कोणत्या गड्याला मायेनं जेवायला घालते, बाजारला जाताना कुठं कुठं जाऊन बसते, यावर घराचा न दिसणारा डोळा राहू लागला... सगळं कळत गेलं. पण घरानं पलीकडच्या भिंतीलाही कळू दिलं नाही. तरी रस्त्याला त्याचा सुगावा लागला होता. त्याची धूळ पत्ता नाही ते आतून फिरून येत होती नि वाऱ्याच्या झपाट्याबरोबर बाहेर गावभर उडत होती.

एक दिवस रात्री खूप गडबड आत चालली होती. आतल्या आवाजात घर स्वत:शीच बोलत होतं. क्रूरपणानं काही तरी पोटातल्या पोटात करत होतं. मुंडकं तोडलेल्या कोंबड्यागत आत काही तरी धडपडलं होतं. कुठला तरी आवाज आतल्या आत तोंड दाबून धरून दाबला होता. घुसमटून घुसमटून आपटणारे हातपाय थंड पडत गेले होते.

मग रातभर बाहेरचा सोपा उकरला. माती भुसभुशीत केली. एका खोपड्यातली माती तर उकरल्यामुळं जास्तच फुगीर झाली होती.

तिघीही जावाजावा लौकर उठून पाण्याला गेल्या.

"लौकर गं पाण्याला?"

"राती सोपा उकरला. भुई करायची होती. त्येच्यावर पाणी वतायला पाहिजे धाईस घागरी तरी."

त्या दिवशी तिघींनी मिळून चारपाच खेपा पाणी आणून ओतलं. जमीन भिजवून तिचा गारा करून टाकला. आठ दिवस बडावण्यांनी बडवून बडवून जमीन सफय करून घोटून काढली. जमीन पूर्वीपेक्षा अधिक गुळगुळीत झाली... रस्ता काहीच न बोलता दारासमोर पडून होता.

पंधरावीस दिवस गेले तरी पारू कुठं दिसली नाही. घराच्या दोन्ही खिडक्या तशाच सताड उघड्या आणि उग्र दिसत होत्या.

"पारू कुठं दिसत न्हाई?"

"गेली की आपल्या सासरला. तिच्या दिरानं येऊन तिला न्हेली... वाटणीला जमीन आलीया. ती खाईत बसंल आता तिथंच."

रस्ता तरीही काही बोलला नाही. मात्र महिनाभरात पवाराच्या बाळ्याचा खून

पडला नि रस्ता हडबडून गेला. बाळ्याची बायको आणि दोघं ल्याक ओरडून ओरडून गप बसलं. या घराला हे काहीच ऐकायला येत नव्हतं. खरं तर त्याला कानच नव्हते. ते आभाळाकडं बघत गप्प बसायचं. पण आतल्या आत त्याला कुठंतरी हाडं रुतत होती.

अशा गडबडीतच वावटळ आली. नव्यानं आलेला कूळकायदा घोंगावू लागला. जमीन मालकांच्या घरांवरची कौलं उडू लागली. आणि ह्या घराला वाटलं, आता ही कौलं गोळा करून सोन्याची कौलं आपल्या घरावर घालावीत... भीमानं आपल्या नावावर तीन जमिनी खंडानं केल्या होत्या. हळूहळू कोर्टकचेऱ्यातील कागदं काळी रंगू लागली. भीमानं जास्तच दांडग्या मिशा राखल्या. दीस बुडला की तो कुऱ्हाडीला दांडा घालूनच फिरू लागला. कोल्हापूर, पुणे, मुंबई होऊ लागलं. लांबलांबची वकील मंडळी हुरडा, हावळा खायला येऊ लागली. अपिलं वरवर चढत गेली.

निकालाची वाट बघत बघत पाचसहा सालं शेतांचा खंडच दिला नाही. शिवाय खर्च होतच होता. घर धुऊन पैसा जात होता. किशीनं साठवलेली भांडीकुंडी, निरनिराळ्या जिनसा बाहेर येऊ लागल्या. गूळ, तंबाखू, कापूस यांचा पैसा शिलकीला पडेना. राधीच्याही अंगावरचं दागिनं विकावं लागलं. पैसा पेरत पेरत केस हायकोर्टापर्यंत जायची आणि तिथं गेल्यावर खरं ते उगवायचं. पाचसहा सालांचा तटलेला खंड एकदम भरावा लागायचा. कूळ खोडसाळ ठरायचं. जमीन हातातनं जायची. दोन जमिनींचं असंच झालं. पैसा चाटून-पुसून गेला. मळ्यातलं गडी आणि रोजगारी बंद करून राणोजीची पोरं राबू लागली. राणोजी रातध्याड मळा धरून पडू लागला.

घरात त्याची बायको चिडली. ''माझ्याच दाल्ल्यानं नि पोरांनी किती राबायचं? तुझा दाल्ला खुशाल इस्पिटांनी खेळत तालमीत पडतोय.''

''तुझी पोरं हाईत म्हणून तुझा दाल्ला राबतोय. किती केलं तरी आम्ही दोघं जीव. तुझी पाचसात तोंडं, तर आमची दोन. सगळी सुखात खात्यात हेच उपकार समज.'' मारुतीची बायको.

भीमा आणि किशी यांचा राती सगळी झोपल्यावरचा संवाद-

''दोघीबी रांडा तुमच्या नावानं खडं फोडत्यात. कोर्टकचेऱ्यांनी समदं घर धुऊन न्हेलं, म्हणत्यात.''

''जिभा हासडून टाकीन गतकाळ्यांच्या. कुणासाठी करतोय हे समदं? एक तर रांडंचा गावातल्या वळूगत फिरतोय नि दुसऱ्याला डुकरागत पोरं झाल्यात. कुणी सांभाळायची ही?''

घर आतल्या आत तडकू लागलं. बायका सवता सवता साठपा करू लागल्या. एक एक चूल तीनतीनदा पेटू लागली. भीमा, मारुती, राणू एकमेकांवर बिथरू लागलं.

...धाडदिशी तिसरं रान भरपिकावर गेलं नि भीमानं कुऱ्हाडीला दिवसा दांडा घातला. मारुतीनं तालमीतली पोरं गोळा केली. राणू धड शब्दांनी वाटणी मागू लागला. एकमेकाला एकमेक नको झाले. दोनदा तिघांची मारामारी घरातनं रस्त्यावर आली.

भीमानं घरचा मळा दाबला. राणूला वाळलं शेत मिळालं. मारुतीला रोख पैसा नि गहाणवट घेतलेलं नि पुढं खरेदीत मोडीत घातलेलं घर मिळालं... आणि मूळ घराच्या मध्यावर उभी सलग भिंत उठली. या कडेपासून त्या कडेपर्यंत नवी भिंत घालताना जुन्या भिंती ढासळून पाडाव्या लागल्या. दगडांमधला चुना खिळखिळा होऊन निखळू लागला.

भीमात आता पूर्वीसारखी रग राहिली नव्हती. तो साठी-सत्तरीत आला होता. त्याचा मुलगा दिना मोठा झाला होता. मारुती इकडतिकडचे पैसे जमवत होता. जुगार-साक्षीचा धंदा त्यानं चालू ठेवलेला. वाळल्या शेतावर राणू आपली पोरं घेऊन कष्ट करत होता. त्यानं दोघाही भावांशी संबंध तोडला होता.

नाइलाजानं भीमाला मळ्यात जाऊन कष्टपाणी करावं लागू लागलं. नांगर, कुळव मारावे लागू लागले. रानात वस्तीला पीक राखणीसाठी जावं लागू लागलं.

दिवस चालले होते.

एक दिवस भीमाचा पोरगा दिन्या मळ्याकडनं घराकडं पळत, बोंबलत आला. कधी नव्हे ते घर येडबडून गेलं.

"काय झालं रे?"

"बाबाचा मुडदा पाडला."

"कुणी?"

"कुणी काय की, पाटचं परसाकडंला वड्यात गेला हुता."

घराच्या दारंखिडक्या बंद करून, भांडण-तंटे बाजूला ठेवून सगळी मळ्याकडं धावली. पंचनामा झाला. ओढ्यानं रक्त वाहून नदीला गेलं. तिथनं पार समुद्राला जाऊन मिळालं. कुठं गेलं काहीच पत्ता लागला नाही. पाण्यात मिसळून नाहीसं झालं.

फौजदारी झाली तरी खुनाचा काहीच पत्ता लागला नाही. पुरावाच मिळत नव्हता. दिना आता जीव मुठीत आणि बरोबर सोबत घेऊन वस्तीला जात होता. बंदोबस्तानं राहत होता. त्यालाही तीन मुलीच होत्या. धाकटा भाऊ आता मळ्यात पाणी पाजत होता. घरात त्याची बायको आता रोज ताजं ताजं कुंकू लावून पाणी आणत होती. स्वयंपाक करत होती. पोराबाळांना खाऊ घालत होती. आणि नाकासमोर बघत दाल्ल्याचं नि त्याच्या भावाचं जेवण घेऊन मळ्याकडं जात होती.

घरात ताणाचं अंग ढिलं होत चाललेली भीमाची बायको किशी नातींना सांभाळत होती. दुपारी त्या दोन खुंट्यांवरच्या कुऱ्हाडीसमोरच घटकाभर ती झोप घेत

होती... ती गंजून गेलेली कुऱ्हाड तिच्या बिनकुंकवाच्या कपाळाकडं टक लावून बघत बसत होती.

मधल्या उभ्या भिंतीच्या पलीकडं पाणी नसलेल्या पखालीगत सुकलेला राणू मुकाटपणानं जगत होता. त्यानं आपल्या बाजूची खिडकी बुजवून घेतली होती.

..."उजेड भरपूर येतोय, कशाला मुजीवता ती खिडकी?" राणूची बायको.

"काय करायचा उजेड? उगंच रातचं इरंचं मांजरं आत शिरत्यात. कुणी तरी सुगीच्या दिसांत आपून रानात असताना गज वाकवून हायन्हाई तेवढं न्हेलं म्हंजे?"...विचारी राणूच्या पोटात वेगळ्याच बोक्यांचं भय साठून बसलं होतं. ते त्याचं आतडं हळूहळू कातरत होतं.

दिना उंबऱ्याजवळच्या दगडावर सकाळी बसलेला दिसला.

"कसं काय, दिना? बरं हाय?"

"हाय की. या की आत."

मी पायांना लागलेली रस्त्यावरची धूळ घेऊन तसाच आत गेलो. बऱ्याच दिवसांनी दिनाची भेट झाली होती. सोप्यात तांदूळ निवडत बसलेली दिनाची बायको आत गेली. रुंद हाडाची म्हातारी किशी कोण आलं ते बघून पुन्हा आत गेली. बोलता बोलता दिना मनातलं बोलून गेला.

"आमच्या बाऽनं काय बरोबर केलं न्हाई बघा. मागं नुसती वाळली आग ठेवून गेला."

"काय झालं?"

"समदं वाटोळंच की. खून-मारामाऱ्या, कोर्ट-कचेऱ्या यातच बा खिरापतीला गेला."

"खुनाचं काय कळलं काय रे?"

"कळंना तर. ते कुठं जातंय?"

"मग केस घातली न्हाईस?"

"आता पुन्ना कशाला घालायची? एकदा झालं की. पुन्ना आता नसती अडचण."

"अडचण कसली?"

"पुन्ना त्येला शिक्षाबिक्षा झाली तर."

"कुणाला?"

"खून करणाऱ्याला."

"कुणी केला खून?"

"त्येचं नाव आता कशाला घ्यायचं?"

"शिक्षा होऊ दे की त्येला."

"जन्मठेपबीप झाली तर पुन्ना मला तेरा-चौदा वर्सं बाऽची कुऱ्हाड सांभाळत बसावं लागायचं."

"म्हंजे?"

"म्हंजे एकदीड वर्सातच सप्पा करणार हाय त्येला. बाऽनं मरतानं तसं वचन घेटलंय माझ्याकडनं. नाव सांगून गेलाय. कोर्ट-कचेरी करायची न्हाई, रक्ताचा बदला रक्तानंच घे; तरच माझ्या पोटचा तू खरा बच्चा. खुन्याचं नाव कुणालाबी सांगू नगं. अंगलट येईल. वैरी सावध हुईल. असं बोलून गेलाय." दिना धुमसत बोलत होता.

माझं अंग शहारून उठतं. तरी खरंखोटं आणखी काही कळतं का बघण्याच्या उद्देशानं मी म्हणालो.

"मग एकदीड वरीस तरी कशाला थांबायचं?"

"पोटाला पोरगा व्हायची वाट बघाय लागलोय. सुरात तीन पोरीच झाल्यात त्येच्या आयला! एक जरी पोरगा झाला तरी मला काळजी न्हाई. बाऽला दिलेलं वचन खरं करून मी फाशी जायला मोकळा हुईन. ...मी काय त्या बाईल भाड्यागत खून करून दडून बसणार न्हाई. चक्क हातात तशीच कुऱ्हाड घेऊन चावडीवर जाणार." दिना श्वास सोडत दूरवर कुठंतरी बघत आपल्याच तंद्रीत बोलत होता.

...तो बोलत होता खरा, पण तो असं काही अघोरी कृत्य करील असं मला वाटत नव्हतं. त्याच्या मनातली सूडाची आग विझत चालली होती.

अधेलीएवढं कुंकू लावलेली त्याची बायको चहा घेऊन आली नि न बोलताच घोंगड्यावर ठेवीत हातातल्या बांगड्या किनकिनत आत गेली... तिला पोट आलेलं.

"तुला तीन मुलीच आहेत. चौथीही मुलगीच झाली तर काय करणार?"

"कधी तरी मुलगा हुईलच की."

"खुळा आहेस तू! डोक्यातली ही सगळी जळमटं काढून टाक. ज्याला त्याला, ज्याची त्याची फळं मिळाली आहेत. तू आणि तुझी बायको, पोरंबाळं आता सुखानं जगा. पोरं-पोरी कायही असोत. चार मुलं रग्गड झाली. त्यांना दोघे मिळून वाढवा. सुखानं सगळी राहा. पोरींची लगनं करा. माणसांत या. काळ बदललाय, जरा वेगळ्या पद्धतीनं विचार कर."

दिना हसला. "सायेब, तुम्ही शिकलेली माणसं. तुमची गणितं न्यारी, आमची गणितं न्यारी. तुमची गणितं आम्हाला पटायची न्हाईत नि आमची गणितं तुम्हाला कळायची न्हाईत..."

"बघ बाबा. शांत चित्तानं पुन्हा एकदा विचार करून बघ."

चहा पिऊन गंभीर होऊन मी उठलो. दारात आलो. रस्ता धुळीनं भरलेला. पूर्वीसारखे त्याच्या अंगातले खडे आता रुतत नव्हते. जाता जाता घराकडं वळून बघितलं... ती एकच खिडकी सताड उघडी होती. तिला बंद करून कायमची मुजवून टाकावी, असं मला वाटत होतं...

बाकड्यावरचं जग

सकाळी सात तीसला सुटणाऱ्या गाडीत बसलो. थंडीचे दिवस. बहुतेक सगळे पुणेवासी, अंमळनेरवासी, म्हणजे शहरवासी प्रवासी. मीही त्यांतलाच एक. गरम कपड्यातला. गाडी भरलेली. ज्याच्या-त्याच्या अंगात माझ्यासारखेच किमती स्वेटर्स. स्त्रियांच्या अंगावर शाली. गोरेगोमटे, तुपाळ, लुसलुशीत चेहरे.

मागच्या शेवटच्या दोन बाकड्यांवर मळके कपडे घातलेल्या बाया. त्यांच्या शेजारी बिनतेलाच्या, धुरळा भरलेल्या झिंज्यांचं पिंजर डोईवर घेऊन बसलेल्या दोन पोरी. फाटके परकर, नि बाह्यांवरचे तुकडे हरवलेल्या चोळ्या. पोटं उघडीच. गारठून, बाकावर पाय घेऊन, दुमडून, पोटाशी त्यांची घडी घालून, बसलेल्या.

कडेला दाढी वाढलेले, तोंडाचं कातडं ढिलं झालेले पन्नाशीपुढचे दोन पुरुष, पुढच्या बेंचावरही दोघे-तिघे असेच...बहुतेक ठाकर मंडळी असावी. स्त्रियांच्या पोशाखांवरून तसं वाटत होतं. परत चालली असावीत. का आली होती, कुठून आली होती कुणास ठाऊक? ज्या बेंचापासून रिझर्वेशन्स संपली होती, त्या बेवारशी जागेवर बसलेली...बाजूला सारलेल्या केरासारखी वाटणारी.

पुण्याबाहेरच्या 'भोसरी' मध्ये आलो. कारखान्याचा परिसर. टंबरेलं घेऊन दोन-चार माणसं आपापल्या पायवाटांनी तळ्याकाठी चालली होती. रस्त्याकडे पाठ करून काही जणं विधी आटपायला खाली माना घालून बसली होती...पाठीला डोळे नसतात, त्यामुळं कुणी पाहिलं तरी आपल्याला दिसत नाही. रस्त्याकडे तोंड करून बसलं तर आपल्याकडे पाहणारे दिसतात. मग लाज वाटू लागते. तेवढी लाज, संकोच नाइलाजानं शिल्लक राहिलेली. ती ठेवावीही लागत होती.

एक आठवण झाली पुण्यातल्या दांडेकर पुलाजवळची. रात्री बाराच्या सुमाराला तिथल्या झोपडपट्टीतल्या बायका अगदी रस्त्याकडेलाच विधी उरकतात. दिवसा विधी उरकायला त्यांना आडोशाची जागाच नाही... आहे ती पुरुषांनी आपल्या विधीसाठी व्यापून टाकलेली... शहरात यांना जागाच नसते, असले विधी उरकायला. ज्याचे त्याचे संडास ज्याच्या त्याच्या घरात आत बंदोबस्तात ठेवलेले. फक्त घाण बाहेर जाण्याची व्यवस्था केलेली. 'पुणे शहर स्वच्छ ठेवा'च्या पाट्या गावभर आहेत. सुंदर, निळ्या पाटीवर रंगीत, लाल अक्षरे. सामाजिक कार्यकर्त्यांच्या पांढऱ्या ऐटबाज टोप्यांसारखी. पण या रस्त्यावरच्या सामाजिकांनी शहर स्वच्छ कसं

ठेवायचं? कदाचित ही माणसं 'सामाजिक' आहेत, याची नोंद झाली नसावी. गायी, म्हशी, डुकरं, शेळ्या यांच्यासारखी ही रस्त्याकडेलाच कुठंतरी आडोशाला असहाय होऊन हगतात. कामं ओढण्यासाठी पोवट्या टाकून मोकळी होतात.

बसमधल्या कुण्या बागायतदार रसिकांच्या ट्रान्झिस्टरवर सकाळची पवित्र भजनी गाणी लागली होती. प्रभातीचं रम्य वर्णन त्यात आसावरीच्या सुरावटीत चाललेलं.

भोसरीबाहेर पडल्यावर गाडीनं वेग घेतला. लोकरीचे कपडे, मफलर्स, शाली यांच्यामुळे थंडीला मस्त चव येत होती... अशी थंडी हवीच. त्याशिवाय कपड्यात चेंज करता येणार नाही. लोकरीचे उबदार उंची कपडे वापरता येणार नाहीत... त्या उंची मऊमऊ कपड्यात खूप फॅशन्स करता येतात. पुष्कळ रंगाची डिझाईन वापरता येतात. इतर कशालाही ठेवता येणार नाहीत इतक्या मोठ्या कॉलर्स,हात बुडून जातील इतके मोठे खिसे, फॅशनचाच भाग होऊन गेलेली, जागोजाग शो-पॉइंट म्हणून लावलेली बटणं त्यांना लावता येतात... फॅशनमधील थ्रिल घ्यायला थंडीमुळं चान्स मिळतो... बंद किंवा उघड्या गळ्यात मग मान ताठ होते. उच्च मध्यमवर्गीयतेची चोरटी धुंदी सायीसारखी चेहऱ्यावर येते. वेग वाढेल तशी ही साय दाटदाट होते. पुढे हॉटेलात गरमगरम चहा-कॉफीची वाफाळ लज्जत लवकरच मिळणार असते.

वेग वाढेल तसं पाठीमागचं बाकडं जास्तच आखडत, पाय पोटाशी गच्च धरत, हातांची मिठी गुडघ्यांना गच्चगच्च घालत होतं.

सभोवार सगळं ओसाड माळरान, मुरमाच्या टेकड्यांनी भरलेलं. द्वापार युगापासनं तसंच पडलेलं. कदाचित पृथ्वीच्या अंतापर्यंत तसंच राहील. जन्मलं नि मेलं, अशी तऱ्हा. ...या ठाकरांसारखं.

रानटेकड्यांचा प्रदेश समोर वेगानं येत होता आणि जात होता.

चाकण जवळ येत होतं. चाकणच्या दिशेनं डोक्यावर माळव्याच्या मोठमोठ्या डाली घेऊन, पाठीच्या कण्यात पोटाच्या बाजूनं वाकून, उराडे पुढं काढून, गुडघे वाकवून दुडक्या चालीनं माणसं पळत होती. ओझी घेऊन चाललेली. गाड्याही कांदे, कोबी, बटाटे, शेंगा यांनी भरलेल्या. कुणी मोटारसायकलींच्या मागे मिरच्यांची पोती बांधलेली, सायकलीही शक्तिप्रमाणे ओझी घेऊन धावत होत्या. जिवापलीकडे शेतात खपून, जनावरे, शेळ्या, मेंढ्या, चोर यांच्या लुटीपासून वाचवलेला, किडी-मुंग्या, रोगराया यांच्या फैलावापासून औषध-पावडरी फवारून सांभाळलेला भाजीपाला आदल्या दिवशी सांजचंच पेकाटं मोडून उपटलेला. एकेक करत सगळ्या पेंढ्या बांधलेल्या. पाण्यात धुऊन काढलेल्या, ताजा राहावा म्हणून पाणी मारून ओझी भरून ठेवलेला, ती ओली ओझी तशीच बाजाराला, पाणी नि घाम एकातूनच गाळत

पळणारी...दोन-तीन महिने कष्टल्याचं सार्थक होईल म्हणून मनात स्वप्नं, फुलं फुलणारी. थंडी असली तरी मनातला भोळा उत्साह चाखत धावणारी.

चाकणात गाडी शिरली तेव्हा कळलं, आज बाजाराचा दीस. वजन करण्यासाठी, मोजण्यासाठी रद्दीच्या ढिगासारखा भाजीपाला ढकलला जात होता. इकडून तिकडे फेकला जात होता. चोळामोळा करून एकमेकांवर रचला जात होता. एक किलो इकडं काय नि दोन किलो तिकडं काय, असा जोखला जात होता. शेतकरी धरून आणलेल्या खुळ्यासारखे हे सगळं बघत होते. त्यांची तोंडं शिवलेली- हा भाजीपाला पिकवताना रान किती लागलं; त्याची किंमत किती? माणसं किती लागली? त्यांची मजुरी किती? खतांचा खर्च किती? औषधांचा खर्च किती? बियाणांचा खर्च किती? यांचा काहीही हिशेब सांगत नव्हते. डोळ्यांदेखत लूट बघत होते. या रीतसर लुटीचीही त्यांना सवय झालेली. पोट सुटलेले, चरबी वाढलेले, खदखदत हसणारे व्यापारी, दलाल येत होते. तो भाजीपाला बेवारशी असल्यासारखा लिलाव करत होते. लिलावात येईल तो पैसा कमिशन कापून शेतकऱ्याला देत होते. मालाचं वजन करणारे आणि किमतीही करणारे तेच. त्यांचे अनंत उपकार त्या शेतकऱ्यांवर, त्यांच्याच मालाच्या भाजीपाल्याच्या दलालीतून आलेला पैसा ते शेतकऱ्यांना वर्षभर व्याजानं पुरवीत होते. त्यामुळं तर ते शेतकऱ्यांचे मायबाप होते.

तोंडाला मुसकं घालून, मोकळी पोती-डाली डोक्यावर घेऊन, रानात भाजीपाल्यासाठी घाम गाळणाऱ्या पोरांना चिरमुरे-फुटाणे घेऊन, शेतकरी परत जात होते... घरी जाऊन गदळ राहिलेल्या पानांची भाजी करून भाकरीसंगं खात होते... माझा महाराष्ट्र मला दिसत होता. एक मराठी गाव समोरून सरकत होतं.

गाडी गवातून चालली होती. धूळ उडवत होती. प्रत्येकावर थर चढवत होती. धुळीखाली गाव जगत होतं. गटारी वाहत होत्या, भांडी घासून फेकलेल्या काळ्याकळकट पाण्यावर माशांचे थवे घोंगावत होते. कोंबड्या ती खरकटी ओल पायांनी उकरत होत्या. गटारीच्या पाण्यातनं उठून भिजक्या केसांनिशी डुकरं कोंबड्यांना हुसकावून खरकट्यावर तुटून पडत होती. माणसांची हॉटेलासमोर गर्दी उडत होती. मांजरपाटाची कुडती घातलेली माणसं. दातांतील कस्पटं काढत मिरचीची भजी खाऊन हाऽहूऽ करत बाहेर पडत होती. उघड्यावर कढया ठेवलेल्या चुली पेटल्या होत्या. त्यांत तेलं उकळत होती. भज्यांच्या पिठाच्या परातीही उघड्यावरच ठेवलेल्या. वाऱ्यानं सगळ्यांत धूळ मिसळत होती नि खमंग भजी तयार होती होती... चवीला रुचकर लागत होती...पिवळाहडूळ रंग, कांद्यांचा वास, मराठी जिभेला सकाळी सकाळी पाणी आणत होता... अनेक जण रद्दीच्या कागदात भजी नि उकड-मिरच्या घेऊन उभ्यानंच कढईकडे बघत खात होते.

हॉटेलं बैठीच, गटारीच्या समपातळीत पसरलेली. जुने गंजलेले निरुपयोगी पत्रे

मारून उभी केलेली. माणसंही तशीच निरुपयोगी अवयव एकत्र आणून तयार केलेली... काळी, लुकडी, नकटी, लंगडी, निर्जीव, करपलेल्या चामड्याची. हॉटेलांना लागूनच व्यापाऱ्यांची दुकानं. काळसर तुळतुळीत शरीरांचे व्यापारी. पांढरे, कार्यकर्ते-टाईप सदरे घालून बसलेले. पाठीशी शेंगा-कांदे-बटाट्यांच्या पोत्यांचा भरपूर साठा करून त्यांना टेकलेले. ठराविक किंमत आल्याशिवाय माल हलवू न देणारे. त्यांना लिलाव नको होता. दुकानांच्या मागे गाव दिसणारं. खेडुतांच्या, मजुरांच्या, वेठबिगार करणाऱ्यांच्या उपाशी झोपड्यांची आळिंबी तिथं उठलेली.

शाळांच्या इमारती दिसल्या. मुलंमुली गारठ्यामुळं शाळेच्या व्हरांड्यांत उन्हासाठी येऊन बसलेली. खाली गारेगार काळी शहाबादी फरशी. त्यावर त्यांच्या अर्ध्या उघड्या मांड्यांच्या चड्ड्या असलेल्या बैठकी. वर्गाच्या तोंडाला त्यांच्या चपलांचा ढीग. मास्तरमंडळी मात्र पायाला गार लागतं म्हणून चपला घालून, हातातली छडी हलवत, गळ्याला फासासारखा बसलेला शहरी रंगीत मफलर गच्च करत, मुलांना कशात तरी गुंतवून फिरणारे. बहुतेक वेळा पोरांना गुरकावत हिंडणारे...

दुसऱ्या इमारतीतल्या मुली वर्गातच दिसणाऱ्या. शिक्षिका मात्र उन्हाला येऊन गप्पा मारत बसलेल्या. एकजण सकाळी सकाळी गडबडीत तशीच आलेली आणि वर्गाचा अभ्यासाचा खटका दाबून तो चालू करून उन्हाला येऊन विंचरत बसलेली. अगदी अनौपचारिक शाळा चाललेली. नवी पिढी त्या थंडीत कुडकुडत यांत्रिकपणे शिकत आपली आपणच घडत होती. मास्तरमंडळी रोजगार खरा करायला शाळेच्या अंगणात येऊन बसली होती. आगगाडीच्या इंजिनासारखं बिनबोभाट शिक्षण चाललं होतं.

गाडी गावातून बाहेर पडली. गाडीत घुसलेली धूळ आमच्या स्वेटर्सवर क्षणभर रेंगाळू पाहात होती, चिकटू पाहात होती. आम्ही सर्वांनी ती झटकली. अशी काही धूळ येते, ती झुरळासारखी झटकायची असते, कपडे स्वच्छ ठेवायचे असतात आणि डोळे मिटून प्रवास करायचा असतो, हे त्या पाठीमागच्या बाकड्याला काही ठाऊकच नव्हतं. त्याच्याकडे कुणाचं लक्षही नव्हतं. असणं शक्यही नव्हतं... सगळ्यांच्याच पाठी त्यांच्याकडं होत्या नि नजरा आपल्यातून पुढं लागल्या होत्या. मनोमन आत्मप्रगतीचे बेत रचत होत्या.

बाजारचा दीस असल्यानं पुढच्या रस्त्याकडूनही चाकणकडे माणसं, गाड्या, फटफटी, सायकली येत होत्या. पाच-दहा, पाच-दहा शेरडा-मेंढरांचे कळप बाजार करण्यासाठी गावाकडे नेले जात होते. व्यायला झालेली, अवघडलेली शेळी एखादा गरीब-नाचारी माणूस चार पैसे जास्त येतील म्हणून ओढत आणत होता. पोराबाळांच्या तोंडाशी आलेल्या दुधाचा बाजार करून जास्त दिवस खाता येणारं कणीकोंड्यांचं धान्य खरेदी करण्याच्या विचारात असावा. हायस्कूलच्या नवव्या-दहाव्या वर्गात

असलेलं, खाकी-पांढऱ्या पोशाखातलं एक पोर बापाच्या सांगण्यावरनं आपली एक शेळी सायकलीवर बांधून विकायला आणत होतं. मागच्या बाजूला कॅरिअरवर रुंद डालीत चारी पाय बांधून तिला टाकली होती. आपलं काय व्हायचं ते होऊ दे म्हणून लोंबकळणारी मान सावरत, आभाळाकडे डोळे लावून, देव कुठं दिसतो का बघत ती चाललेली. केविलवाणं ओरडत होती.

चाकण मागे पडलं. शेतं, रानं नेहमीसारखी दिसू लागली. काही बघण्यासारखं नव्हतं... मी खिशातला व्याख्यानाचा कागद काढला. सायंकाळी द्यावयाच्या व्याख्यानाचे मुद्दे. 'स्वातंत्र्योत्तर काळातील ग्रामीण समाज. -स्वातंत्र्योत्तर काळात खेडी सुधारत आहेत. समाजातील आजवर अज्ञानी राहिलेले खालचे थर शिकून साक्षर होत आहेत, त्यांच्या भावभावनांना शब्द फुटत आहेत... त्यांचे नवे जीवन घडत आहे.' ...इत्यादी चिंतन करता करता बाहेर बघितलं नि माझं कागदावरचं लक्ष उडालं.

पन्नास-साठ गायी-बैलांचं खिल्लार चाकणच्या दिशेनं चाललेलं. एकाही गायीच्या अंगावर मांस नाही. बैलांच्याही गरीब गायी झालेल्या. मळकट-धुळकट कातडी, बरगड्यांची हाडं वर आलेली. डोळेही खोबणीतून बाहेर पडल्यासारखे वाटणारे, प्रत्येकाच्या पाठीवर लहान-मोठी ओझी. लमाणांचा संसार. त्या ओझ्यांनी पाठी वाकून पाय कायमचे फेंगडे झालेले. चालताना एकमेकांत अडकणारे. मागून एखादं कुत्र्याचं पिलू, शेळीचं करडू, उन्हात करपलेलं भाजक्या डोळ्यांचं मूल काखेत घेतलेले लमाण, पंचवीस पैसे, दहा पैसे, पाच पैसे याच नाण्यांचे अलंकार करून अंगावर घातलेल्या, तांबड्या तेलकट घागऱ्यांतल्या स्त्रिया. अनवाणी चालणाऱ्या, पायांच्या तळव्यांचे तवे झालेल्या.

सात-आठ मैलांत चार-पाच तांडे दिसले. जवळजवळ दोन-अडीचशे गायी-बैल नि पन्नास-साठ स्त्री-पुरुष कोठून तरी पृथ्वीच्या उगमस्थानापासून आल्यासारखे नि मध्ययुगातच मागे राहिल्यासारखे वाटणारे. गायी-बैलांचा एक तांडा एका माळाला ओझी अंगावर घेऊनच चरताना दिसला. सगळे लमाण कुठंही आसपास पाणी नसताना माळालाच कोरड्या भाकऱ्या सोडून खात होते. त्या खाऊन, गायी-बैलांच्या पोटातही थोडी भर टाकून पुढची वाटचाल करणार होते. पाणी जेव्हा मिळेल तेव्हा मिळेल... एवढ्या गायी-बैलांना पाणी कुठं मिळणार होतं कुणास ठाऊक? ती आपली स्वत:च्या अंतापर्यंत चालतच रहाणार होती. कदाचित दक्षिण-समुद्र लागल्यावर सगळीच एकदम कायमचे खारं पाणी पिणार होती.

बाहेरचं लक्ष काढून घेऊन मी व्याख्यानाचे मुद्दे पुन्हा पहिल्यापासून वाचू लागलो... स्वातंत्र्योत्तर काळात खेडी सुधारत आहेत, समाजातील अज्ञानी राहिलेले खालचे थर शिकून साक्षर होत आहेत.

...गायी-बैलांच्या कळपातून चाललेला हा माणूस खालचाही थर नव्हे? तो

समाजातच नाही. तो गायी-बैलच आहे. मध्ययुगीन आत्मा. आमच्या आधुनिक समाजाशी याचा संबंध नाही... आमचा समाज रिझर्वेशन करून आपापल्या जागी चिकटून बसलेला. वर्तमानपत्राची कागदी झापड समोर धरलेला. सिगरेटचा उंची धूर डोळ्यांवर घेणारा, लोकरीच्या गुंडाळीत स्वतःपुरती ऊब घेत, आसपासची धूळ झटकून टाकत, आपसुख एका खुर्चीवरून दुसऱ्या खुर्चीवर पुढं पुढं जाणारा... मागचं बाकडं मागंच टाकणारा.

ओसाड माळ लागला. त्यावर काळ्या कातळाचं अचेतन रान. विजांचे युगधर्मी खांब. या विजा माळावर न उतरता अंतराळातून दूरदूर जाणाऱ्या. तेथील कारखाने, उद्योगधंदे, नगरे सजवणाऱ्या. खाली माळ उपाशीच. त्यावर कायमचं अश्मयुग पसरलेलं. काळ्याभोर हत्तींचे कळपच्या कळप बसल्यागत, गोठल्यागत वाटावेत असे त्यावरचे खडक. त्यांना मुष्किलीनं थोडं थोडं बाजूला हटवून त्यावरची शेतं खोदण्याचा प्रयत्न झालेला. तांबूस रानं. पावसाळ्यात तेवढी हिरवी... नुकताच पावसाळा संपला होता, तरी एक शेतकरी रानातली गुडघ्याएवढी आलेली ज्वारीची धाटं पोसणार नाहीत या खात्रीनं उपटत होता... निदान त्यांची हिरवी वैरण तरी जनावरांना होईल, तेवढेच त्यांचे पंधरा दिवस सुखात जातील. पोरा-बाळांच्या पोटांचं काय करायचं ते बघू. ते कायमचं मागं लागलंयच.

'खेड' आलं. हिरवी शेती दिसू लागली. शेतातून शहरावर जाणारं धन पोसवलेलं दिसू लागलं. गहू, हरभरा, ज्वारी, ऊस... हे या ग्रामीण जगासाठी पिकवायचं नसतंच. इथं बाजरीची भाकरीच चटणीबरोबर खायची असते. गहू, डाळी, साखर शहराला फार लागते. खेड्याला ती परवडतही नाही. पोळी केली तर तेल लागतं. हरभऱ्याच्या डाळीचे पदार्थ सणासुदीलाच खायचे असतात. एवढं महागडं आणायचं कुठलं? ...तेवढंच विकलं तर एक किलो डाळीत दोन किलो मिलो, बाजरी सहज येते. डाळ एक दिवस जगवील तर मिलो दोन दोस पोटात ढकलता येतो.

'इंदिरा तलाव' लागला. बरं वाटलं. या गावाला पाणी आहे. खेड्यात पाणी आहे तर सगळं आहे. शेती आहे, पिकं आहेत... जगणं आहे. निदान शहरांसाठी का असेना, पिकू दे. त्यातून येणाऱ्या धनावर चार दीस दोन वेळेला भाकरी तरी या मानवी जनावरांना मिळेल...

पुढं जाणीवपूर्वक वाढवलेलं जंगल. रंगवलेल्या दगडावर लिहिलेली अक्षरं 'वन्य प्राण्यांना जपा'... जपा जपा. नुसत्या शिकारी करून त्यांना भाजून खाऊ नका. त्यांनाही भुईवर जगण्याचा हक्क आहे. नुसते तुम्हीच जगू नका...

पाठीमागलं बाकडं चिरगुटं सोडून रात्रीचे शिळे तुकडे कठीण चिक्कीच्या चवीनं कुरतडत बसलं होतं. त्यात थंडी विसरली जात होती.

'कळंब' च्या पुढं मजूर कालवा खोदत होते. किती बरं वाटलं. माळावर पाणी

येणार होतं. माळाची बागायती रानं होणार होती. कोरडवाहू शेती हिरवी होणार होती... तिथंही मग धनवान मंडळी, कार्यकर्ती मंडळी, कुणी आमदार-खासदार, अडाण्यांची गरिबांची जन्मोजन्म चालत आलेली शेती गोड बोलून, फसवून, नावाला चार पैसे देऊन, दम देऊन, कोंडी करून घेणार होते... जिथं तिथं कालवे, तलाव, बंधारे आले तिथं तिथं आतापर्यंत हेच झालं... आताही हेच होणार होतं. गरीब मरणार होते. ते नेहमीच मरतात या वन्य प्राण्यांचं भक्ष्य होऊन... हे भक्ष्य तरी नीटपणे मिळावं म्हणून या गरिबांना जपा. निदान त्यांची या बागायतीच्या, हरितक्रांतीत शेती गेली तरी 'रोजगार हमी' नीटपणे द्या. वन्य प्राण्यांच्या भक्ष्यासाठी हे गरीब हरिणांनो, सशांनो, वानरांनो जगा. रोज राबा. घाम गाळा नि रातची भाकरी 'रोजगार-हमी'त घेऊन जा. उद्या दीस उगवायला या, कोरडवाहू शेतावर काम नाही म्हणत होता ना? आता करा काम नि जगत जगत झकत हळूहळू मरा. नवसमाज-निर्मितीत क्रांती होणार आहे...

...तरीही बरं वाटलं. पाणी आल्यावर या गावातला मजूर केव्हातरी युग पालटल्यावर सुखी होईल अशी, लोचट आशा वाटलीच. महाराष्ट्राला पाणी पाहिजे. पाण्याशिवाय याचे ग्रामीण प्राण वाचणं अशक्य आहे.

'नारायणगाव' आलं. काळी रानं. रानातून हिरवीगार झाडी, बागायती पिकं... गावाला पाणी आहे. परिसर तृप्त हिरवा वाटला. फुलांची रानंच्या रानं दिसली. मन उफाळलं... पुणे-मुंबई शहरांसाठी फुलं फार लागतात, तेथील स्त्रियांना वेण्या लागतात. दिवाणखान्याची शोभा वाढविण्यासाठी फुलदाणीत रोज ताजी, दुर्मिळ, सुंदर फुलं लागतात. मोठमोठ्यांचे वाढदिवस असतात. त्यांना झुबकेदार फुलांच्या पेंढ्या द्यायच्या असतात. पार्ट्या, सत्कार-समारंभ असतात, व्याख्यानं असतात, मंत्री येणार असतात. त्यांचे वाढदिवस वर्षावर्षाला झक मारत साजरे करावे लागत असत. कुणाच्या वराती निघणार असतात. कुणीकुणी श्रीमंत मरणार असतात. या सर्वांना त्या त्या वेळी फुलं लागतात. ते क्षण संपले की फुलांचं काम संपलं... एवढ्यासाठी इथं महिनोन महिने पिकांचं पाणी तोडून फुलांना द्यावं लागतं. त्यांची निगा ठेवावी लागते. पिकं नाही आली तरी चालतं. कारण खेडुताला उपाशी रहाण्याचं वळण पडलेलं असतं.

गव्हाची रानं दिसत होती. ज्वारी पोसवून कणसं बाहेर पडली होती. शेतकरी दिसत होते. गोफणीनं पाखरं उडवत होते. पोसवलेल्या गव्हाच्या हिरव्या रानातून हात मागे बांधून खुळ्या स्वप्नांत हिंडत होते.

स्टँडवर एस. टी. थांबली आणि आम्ही चहा घेतला. कुणी मोसंबी, केळी, चॉकलेट, चिवड्याची पाकिटं पैसे वाजवून विकत घेतली. हात पसरणाऱ्या पोरांच्या घोळक्याला हुसकून काढत काढत चिवडा खाल्ला, केळी खाल्ली. गाडीची घंटी होताच पानं तोंडात कोंबून मंडळी गाडीत चढली, सकाळची न्याहारी मस्त झाली.

'बोटा' आलं नि गाडीला एकदम ब्रेक लागला. समोर पाहिलं, बरीच पांढरी गाढवं घोळका करून रस्ता ओलांडताना गोंधळली होती. त्यांच्या गळ्यांत रंगीत कंठे होते. कदाचित ती पांढरी असल्यामुळं बांधले असावेत. गंमत वाटली. गाढवांच्या गळ्यांत मी रंगीत कंठे एवढ्या संख्येने प्रथमच पाहिले. एरवी त्यांच्या गळ्यांत काही नसतं, ती मुक्त, मोकळी असतात. त्यांना कुणी काय खाल्लंस का शेण खाल्लंस, कुठे गेला होता, कुठं बसला होता असं विचारत नाही. पण या गाढवांना मात्र नटवलं होतं. गाढवांच्या मालकांचा दृष्टिकोन बदलला होता. पांढरी गाढवं नटू लागली होती. त्यांना मान मिळू लागला होता. कदाचित ती निवडणुकीलाही उभी राहतील नि निवडून येतील. बहुमताच्या जोरावर 'घोडी' म्हणून मानली जातील. घोडी नाहीशीच केल्यावर जनतेलाही ती घोडी म्हणूनच स्वीकारावी लागतील. एकमतानं तसा ठरावही पास करावा लागेल. वर न होणारा हात तिथल्या तिथं कलम केल्यामुळं विरोध जाणवणारही नाही.

बाजूच्या हॉटेलकडे नि त्याच्याच बाजूला असलेल्या पडक्या-मोडक्या बैठ्या घराकडे नजर गेली; रस्त्याला लागून जात्याचे दगड पडलेले. विजेच्या खांबाला टेकून एक म्हातारा पाथरवट ती जात्याची पेडं घडवीत होता. खाली बघून टाकी मारत होता. सतत हातांची टकटक चाललेली. नजरेत नुसतं जातं नि हात छन्नीहातोडी होऊन राहिलेले. पेडांवर पेडं रचलेली. जाती तयार होत चाललेली. तो खाली घडईत डोळे घालून जग विसरलेला. ज्या खांबाला टेकून बसला होता त्या खांबावरून गावाच्या दिशेनं विजेच्या तारा गेलेल्या. त्याच्याकडे बघून त्या मिस्कील हसणाऱ्या... त्यांनी गावात जाऊन चक्क्या कधीच चालू केल्या होत्या. गावातली सगळी जाती बाद करून टाकली होती. आता जात्यांना घेणार कोण?

...मला गावाकडचं घर आठवलं. मधल्या सोप्यात तीन जाती रोवलेली. एक अगदी लहान कण्या भरडण्यासाठी, दुसरं मध्यम पिठासाठी, तिसरं मोठं वरा-वरी सडून काढण्यासाठी. कधी बारीक गंधासारखं पीठही दळण्यासाठी... धाकटं जातं एकीला सहज ओढणारं, मधलं, म्हटलं तर एकीला ओढणारं पण दोघींना सहज सोपं जाणारं. मोठं, दोघी-तिघीसाठी. मधल्या जात्यावर आई पहाटे बसे आणि अनेक ओव्यांना बारीक धारेच्या कातीव आवाजात जन्म देई. पहाट झाल्याचं सर्वांना गाऊन सांगे. ओव्या पवित्र गंगेला जाऊन मिळत नि अंतर्धान पावत...आता गावातल्या सगळ्या बायका पदरचे पैसे देऊन अर्ध्या तासाच्या दळणासाठी दोनदोन तास चक्कीवर ताटकळून 'माझं आधी का तुझं आधी' करत अनेक मासेलवाईक शिव्यांना ओव्यांच्या ऐवजी जन्म देतात.

आई उतारवयाला लागत गेली तशी स्त्रियांना व्यायाम देणारी घरातली जाती मुकाट झाली. गावात वीज आल्यावर आमच्या दोन्ही गल्लीच्या तिकटी तिकटीवर

चक्क्या आल्या तरी ती जाती आमच्या घरात परवा-परवापर्यंत भिंतीकडेला रोवलेली तशीच होती. धाकट्या भावाच्या लग्नात त्यानं ती उखडून धुण्याच्या दगडाला नि दारातल्या पायधुणीच्या दगडाला पायरीसारखी घालून टाकली. मंदिर उखडून त्याचे दगड टॉयलेटच्या पायरीला घालावेत असं झालं...पण भावाचं बरोबर होतं. जाती ओढण्याची हिंमत कुणा तरुण पिढीत नव्हती. त्यामुळं त्यानं मधल्या सोप्यातली नसती अडगळ कायमची बाजूला करून टाकली होती. त्याच्या डोळ्यांसमोर जाती कधीच फिरली नव्हती...तरीही हा पाथरवट जाती घडवतोच आहे. एकाकी पडलेल्या महात्मा गांधीसारखा शाश्वत गूढ सत्य घडवीत असल्यासारखा दिसतो आहे.

गाडी किती पुढे गेली तरी माझ्या डोळ्यांसमोरून तो जाईना...हा खांबाला टेकून बसला आहे. अजूनपर्यंत त्याला विजेचा शॉक कसा बसला नाही? कधी बसणार? ...चैन पडत नसावी म्हणून तो न खपणारी जाती घडवत असावा? ...या विजेनं त्याच्या हातातनं काम हिसकावून घेतलंय...मग फुकटातला एक शॉक तिनं त्याला का देऊ नये? एका असहाय युगाचा चटकन अंत होईल.

मी पटकन मागं वळून पाहिलं...त्या पाठीमागच्या बाकड्यावर युग बसलेलं मला दिसलं नि मी बेचैन झालो. त्या अवस्थेतच हातातला कागद चुरगळून गाडीबाहेर गोळी करून टाकून दिला.

मिनिटभरातच माझ्या लक्षात आलं की, तो फेकून दिलेला कागद रद्दीचा नव्हता; माझ्या व्याख्यानाचा होता.

❖

नर

भोवती दाट पसरलेलं जंगल आणि मधेच ही झाडी विरळ झालेली जागा. तिच्या मध्यावर प्रचंड तळं. खरं तर प्रथम हे प्रचंड तळंच ह्या संबंध जागेभर असावं. त्याचं पाणी उन्हाळ्यात कमी कमी होत जाताना पाणी निघून गेलेल्या जागेत गवत माजे. दलदलही होऊन राही. तळ्याच्या भोवतीनं मात्र प्रचंड जंगलाचा वेढा. वाटेल तसं वाढलेलं. लहान झुडुपांना खाऊन टाकत, मागं हटवत उंच गेलेली जंगली झाडं. त्यांच्या उंचावर जाऊन अफाट पसरलेल्या फांद्या. एकमेकीत शिरलेल्या. एकमेकीशी थडकणाऱ्या, कर्रर कर्रर आवाज काढणाऱ्या.

त्या झाडांवर काळतोंड्या वानरांचे कळप, हत्तींचे कर्कश तुतारीगत चीत्कार एकामागोमाग एक ऐकू येऊ लागले की भेदरून जाणारे. झाडावरच्या झाडावरच त्यांची तारांबळ उडे. झाडाझाडांवरून ती लांब लांब उड्या मारत, ऊऽप ऊऽप आवाज करत पळून जात नि एखाद्या मैलावर जाऊन शांत होत. खाली झुडपात एखादी अस्वली आपल्या बच्छड्यांना बरोबर घेऊन झुलत झुलत मधाची पोळी हुडकून काढी. मधमाशा उडवी नि उघडी झालेली पोळी मान हलवत हलवत खाऊन टाकी. पिलांना पुढं खायला जाऊ देऊन तशीच झुलत उभी राही. एखादा काळाभिन्न नर सुस्त होऊन झाडाच्या बुंध्यात डोळे मिटून पडलेला दिसे. कोल्ही, लांडगे यांतूनच चोरासारखे फिरत. गवताळ भागात हरिणं कळपाकळपानं चरत. ती उगवतीकडच्या बाजूच्या मोकळ्या पठारात हिंडत. आणखी थोडं उगवतीला सरकलं की नदी लागे. त्या नदीवर चटकन जाऊन पाणी पिऊन परत उघड्या खुरट्या गवताच्या मैदानावर येण्याची त्यांची वाट ठरलेली. क्वचितच नदीवर शिकारी आले, माणसांची चाहूल आली तर ही हरिणं घाबरून जात. सबंध पठारभर सैरावैरा पळत. चार-दोन कमी होत नि पुन्हा चरायला लागत. एखादा बिबळ्या गवतातनं लपून येत त्यातलं एखादं अचानक नाहीसं करी.

नदीपलीकडं प्रचंड विस्तारलेल्या या जंगलात हत्तींचे अनेक कळप होते. हे राखीव जंगल जंगली प्राण्यांसाठी नि हत्तींच्या निपजीसाठी खास राखले होते. प्राणिसंग्रहालयातील अनेक प्राण्यांचा बहुतेक येथून पुरवठा होई.

पंधरा-वीस हत्तींचा एक काळाभोर कळप त्या तळ्याच्या आसपास पाणी धरून होता. वाववावभर सुळे असलेला एक धिप्पाड महागज या कळपाचा म्होरक्या.

सगळ्या कळपात त्याची उंची आणि सुळे उठून दिसत. धुंदपणाने कानांचे पंखे मागेपुढे हलवत तो चाले. दोन्ही बाजूंनी आणि मागून माद्या, एकदोन नर आणि त्यांची पिल्लं चालत असत. सकाळी उन्हं बरीच वर आल्यावर चाऱ्यासाठी ह्यांचे जंगलातून हिंडणे सुरू होई. कळप फुटे. चार इकडे चार तिकडे असे हत्ती होत. पिल्लं आईच्या शेपटीला शक्यतो सोडत नसत. झाडांच्या बारीक फांद्या कडाकड मोडल्या जात, गवतं सोंडेत धरून उपटली जात. मुक्तपणाने खाणे नि माजणे एवढेच त्यांचे काम. चरण्याच्या नादात एक एक हत्ती पार आत घुसे.

उन्हे तापू लागली नि त्यांच्या तुताऱ्या सुरू झाल्या. एक एक हत्ती त्या दोन विस्तीर्ण झाडांच्या खाली जमू लागला. महागज मधे झुलत उभा होता. धुंद बारीक डोळ्यांनी येणाऱ्या प्रत्येक तुतारीकडं बघत होता. कानांचे पंखे मागेपुढे हलत होते. कळप जमला तरी तो हलायला तयार नाही. भोवतीचे दोन सामान्य नर आणि माद्या तशाच तिष्ठत उभ्या राहिल्या. प्रत्येकीला वाटत होतं की, तळ्यांत जाण्याची वेळ झाली आहे. त्या चुळबूळ करत, एकमेकींच्या अंगावर पायांतला पातेरा, गवताचा चोथा सोंडेत धरून फेकत उभ्या होत्या.

महागज गंभीरच. जाग्यावरून हलायला तयार नाही. वेळ जाईल तसा तो मोठे फूत्कार सोडू लागला. पायाखालचा पातेरा नि गवताचा चोथा कोंडा उडाल्यागत त्या फूत्कारांनी उडू लागला. आपली सोंड तो पायावर घासू लागला. कानांमागे नेऊ लागला. त्याने एक गंभीर तुतारी फुंकली. पुन्हा फुस्कारा सोडला. तसाच उभा. माद्या व ते दोन नर तसेच तिष्ठत उभे.

त्याच्या फूत्कारांनी आता आसपासची जागा स्वच्छ झाली. बराच वेळ खोळंबल्याने पिल्ले इकडेतिकडे फिरू लागली. एकमेकांच्या कळी काढू लागली. शेपटी सोंडेत धरून पाठीमागे खेचू लागली. कळ लागून पिल्लू चिडले की, मागे फिरे नि पाठलाग करी. मग या हत्तीच्या पोटाखालून त्या हत्तीच्या पोटाखाली पळापळ सुरू होई. एक खोडकर पिल्लू तीनचार वेळा महागजाच्या पोटाखालून सहीसलामत पळाले. एकदा तर त्याच्या सोंडेखालूनच पळायला लागले. तो चिडला, त्याने दाणदिशी आपल्या सोंडेचा रपाटा त्याच्या पाठीवर ओढला. चीत्कारत ते पिल्लू लांब गेले. पुन्हा पाठीमागे जाऊन कळी काढू लागले.

याची अस्वस्थता वाढली. डोळे लांबचा भेद घेऊ लागले. सोंडेचा फूत्कार वाढला. ती सारखी वर-खाली होऊ लागली. त्यानं जोरानं पुन्हा एकदा तुतारी फुंकली. सगळे जंगल हादरल्यागत झाले. लांबवर वानरांचे ऊ ऽ प, ऊ ऽ प सुरू झाले. त्याने पुन्हा एकदा दीर्घ आवाज केला. लांबवरून दोन तुताऱ्या ऐकू आल्या. त्या पुन्हा पुन्हा होऊ लागल्या. जवळ येऊ लागल्या ...भेदक डोळ्यांनी तो कळपाभोवती इकडेतिकडे फिरू लागला. लांबवर नजर टाकू लागला.

दाट झाडीतून वाट काढत एक स्थूल मादी लगबगीने येत होती नि तिच्या पाठोपाठ एक तरुण नर महागजाकडे दृष्टी लावून येत होता. अंगाचा काळाभोर रंग, अंग तसे भरलेले. पण धिप्पाड नव्हते. आटोपशीर. अजून भरपूर वाढला नसावा. सुळे हातहातभर पुढे आलेले, अंगात चपळाई दांडगी.

भेदरल्या डोळ्यांनी मादी गडबडीने कळपात येऊन दाखल झाली. वाट करत करत अगदी कळपाच्या मध्यावर गेली. एक डोळा महागजावर ठेवून भेदरून उभी राहिली.

तरुण नर जवळ आला, तसा महागज पायावर सोंड आपटून खवळला नि पाठीमागे फिरला. मोठ्याने चीत्कार करून तो तरुण नरावर धावून गेला. नर किंचित बाजूला पळून जाऊन उभा राहिला. कळपात चीत्कार वाढू लागला. तुताऱ्यामागोमाग तुताऱ्या होऊ लागल्या. नि महागज पाठीमागे फिरून कळपाच्या पुढे चालू लागला.

सगळा कळप उंच गवतातून तळ्याकडे चालला. तरुण नर त्या कळपाच्या मागून मागून हळूहळू येत होता.

महागज चकाकत्या तळ्याच्या पाण्यात शिरला नि त्याच्या मागोमाग सगळी झुंडच्या झुंड आत गेली. सोंडांतून पाण्याची कारंजी उडू लागली. आडवा-तिडवा पाऊस त्यांच्या अंगावर पडू लागला. पिल्ले गमतीला येऊ लागली. आईला बिलगून तीही सोंडांत पाणी भरून फेकू लागली.

महागज खास एका बाजूला पाण्यात सुस्तपणाने पडून राहिला. अधूनमधून तो एखादा कारंजा सोडी. अंगावरून सोंड फिरवून घेई. उन्हाला पाठ देऊन पडल्यागत आपल्याच नादात होता. तरुण नर पाणी पिऊन झाल्यावर मागून हळूहळू कळपात घुसला नि त्या स्थूल मादीच्या आसपास सरकला. महागजाकडे त्याने एक दृष्टीक्षेप टाकला. तो तसाच धुंदपणे पडलेला नि त्याच्या अंगावर एक पिल्लू पाणी फेकत असलेले दिसले...किती तरी वेळ हे खेळणे चालले होते.

तरुण नर त्या मादीच्या आणखी जवळ सरकला. त्याने तिच्यावर पाण्याचा वर्षाव केला. डोळे मिटून ती आपल्या माथ्यावर त्याच्या सोंडेतील पाणी शांतपणाने घेऊ लागली. त्याच्या सोंडेपाशी सोंड नेऊ लागली. तो तिच्याभोवती फिरू लागला. तिच्या अंगाला अंग घासून तोंडात सोंड घालू लागला. तिच्या पाठीवर त्याची मान आणि सोंड पडू लागली. ती निवांत...

वर ऊन तापत होतं. सूर्य माथ्यावर रणरणत होता. महागजाची तंद्री संपली नि पाण्यात तो एखाद्या दगडी भिंतीसारखा उठून उभा राहिला. हळूहळू त्याने कळपाकडे पाठ फिरवली. धीम्या संथ पावलांनी डुलत डुलत तो त्या वृक्षांकडे चालू लागला. आपल्याच गंभीर लयीत.

एक एक मादी पाण्यातून बाहेर पडू लागली. त्यांच्याबरोबर त्याची पिल्ले

भिजक्या अंगानं पाणी गाळत तुरूतुरू जाऊ लागली. त्यातूनच ते सामान्य नर. एक रांगच्या रांग त्या झाडापर्यंत लागली. उन्हात भिजक्या पाठी चमचमत होत्या. ती स्थूल मादी लगबग बाहेर पडली नि तिच्या पाठोपाठ तो तरुण नर. तिला हुंगत, तिच्या शेपटीवर सोंड फिरवत.

वृक्षांच्या सावलीत सगळा कळप विश्रांती घेत होता. कुणी सुस्तीत आडवे पडून राहिले होते, कुणी झुलत उभे; कुणी अधूनमधून जांभई दिल्यागत आपल्या सोंडा वर करत निवांत उभे होते. थोराड नर चारी पाय टाकून सुस्तीत पडून होता. पिल्ले आपल्या खोडकर क्रीडांत रमून गेली होती.

लांब एका हाळीच्या अंतरावर त्या निवांत वेळी तो तरुण नर नि ती मादी एका लहानशा झाडाच्या सावलीत उभी होती. नर तिला गोंजारत होता. सोंडेने तिच्या डोळ्यावर, तोंडावर, मानेखाली, अंगावर स्पर्श करीत होता. मादी हे सगळे करून घेत शांत उभी. तो पाठीमागे गेला. सोंड तिच्या अंगावरून फिरवत तो आणखी पाठीमागे गेला. ती मंदगतीने नाराजीने पाठीमागे फिरली. त्याने पुन्हा तिच्या तोंडावर सोंड फिरवली. शेजारच्या झाडाची लहानगी डहाळी तिच्या तोंडात सरकवली- नि तो तिच्याकडे बघत उभा राहिला. दिलेली डहाळी शांतपणे चावत ती उभी राहिली. त्याने प्रेमाने तिच्या पायातला पाचोळा सोंडेत घेऊन तिच्या अंगावर उधळला.

महागजाची गुंगी चाळवली. खालच्या पातेऱ्यातून खसपसत काही तरी काळे तुरूतुरू पुढे येत होते. साळींदर असावे ते.

त्याला वास आला नि फुस्कारा टाकून तो एकदम जागा झाला. प्रचंड खांबासारखे उभे पाय एका जागी घेत उठून उभा राहिला. पायांतला पातेरा त्याने दोन-तीन फुंकरीनं पार उडवून जागा स्वच्छ केली. न कळत त्याची दृष्टी लांबवर गेली. ते जोडपे त्याच्या दृष्टीला पडले नि तो तसाच काहीही आवाज न करता खुनशीपणाने झाडांच्या त्या बाजूला चालला.

जवळ जाऊन अचानक त्याने आवाज केला नि गती वाढवून वेगाने तिथे धावला. मादी नि नर यांच्यामध्ये येऊन त्यानं मादीच्या डोळ्याजवळ सोंडेचा एक सणसणीत फटकारा दिला. ची ऽ ची ऽ करत मादी कळपाकडे पळाली नि त्याने नराकडे मोर्चा फिरवला. दरम्यान तरुण नर पाच-सात वावावर जाऊन उभा होता.

हळूहळू महागज तिकडे चालला. दृष्टी त्याच्यावर रोखलेली. जवळ गेला नि धडक देण्यासाठी त्याने गती वाढवली नि समोरचा नर हुलकावणी देऊन बाजूला सरकला. वेगासरशी महागज पुढे गेला होता तो पुन्हा पाठीमागे वळला. त्याने पाठीमागे मोर्चा फिरवल्यावर तरुण नराने त्याच्याकडे चपळाईने पाठ फिरवली नि तो तळ्याच्या काठाने वेगाने धावू लागला.

बराच लांब जाऊन त्याने दृष्टी पाठीमागे वळवली तर महागज आपल्या दमदार

गतीने एखादा कातळ चालत यावा तसा येत होता. पुन्हा तो नर धावू लागला. महागजाची चाल मागोमाग होतीच. जाता जाता आडवी आलेली एक फांदी त्यानं काडदिशी मोडली. चेंडूसारखी लांब फेकून दिली नि त्याच गतीत चालू लागला. सोंडेचा फुस्कारा सोडत होता. कान पुढची चाहूल घ्यायला आडवे स्थिर झाले होते.

पाठीमागे सगळ्या माद्यांचा कळप एकजागी झाला. त्यांच्यांत ती मादीही येऊन दाखल झाली. सगळ्यांचे भेदरलेले डोळे लांब लागले. एखादी मादी सोंड उंचावून आवाज काढी. दोन्ही सामान्य नर कळपाभोवती उगीच पहारेकऱ्यागत फिरत होते. पिल्ले कळपाच्या आसपास गवतातील ती बारकीसारकी झुडपं उपटून जमेल त्या सौंगड्यावर फेकत पळत होती. एकमेकाला चकवत होती.

विस्तीर्ण तळ्याच्या पार पलीकडच्या टोकाला तरुण नर गेला. समोरून चार केसाळ अस्वलांचा कळप पाणी पिऊन झाडीत घुसला. एक अस्वल वारा हुंगत नाक वर करून तिथंच उभं राहिलं नि एकदम डरकाळून डुलत डुलत झाडीत नाहीसं झालं. तरुण नर तिथेच थांबला. त्याने पुन्हा पाठीमागे वळून पाहिले. महागज येतच होता. त्याच्या गतीत बिलकूल फरक झालेला नव्हता. सोंडेचे फटकारे अधून मधून त्याच्या पायावर बसत होते. मधूनच हुंकार येई...बरेच अंतर चालून आला होता. पाठलाग सुटत नव्हता.

त्याने मनाशी काही निश्चय केला नि समोरून जाणाऱ्या अस्वलाकडे बघत तो उभा राहिला. अस्वल नाहीसे झाल्यावर क्षणार्धात त्याने तोंड फिरवून येणाऱ्या महागजाकडे केले. त्याची गती वाढली होती. याने एक दीर्घ तुतारी फुंकली नि सोंड वेगानं उभी आडवी हलवीत, मोठे फूत्कार सोडीत उभा राहिला.

एखादा कडा ढासळावा तसा महागज त्याच्यावर चाल करून आला नि फिरता फिरता त्याच्या मानेवर त्याची धडक बसली. सुळे मानेखाली गेले. एकदम बेचकीत सापडल्यागत झाले; पण याने चतुराईने मान फिरवली नि काढून घेऊन सरळ हा त्याच्या पाठीशी आला. आपल्या हातहातभर वाढलेल्या सुळ्यांना भाल्यासारखे पुढे करून त्याने त्याच्या मागच्या पायावर बळ एकवटून धडक दिली, पहार टणक मातीत घुसावी तसे दोन्ही सुळे त्याच्या पायांत घुसले. असह्य वेदना होऊन महागज ओरडला नि दमानं पाठीमागं फिरला. वेगाने दिलेल्या धडकेची गती आवरून पाठीमागे फिरेपर्यंत महागजाचे सुळे याच्या पोटावर येऊन आदळले नि त्याच्या प्रचंड धडकीसरशी हा कोलमडत दोन-तीन वावावर जाऊन पडला. रक्ताच्या गुठळ्या पोटातून बाहेर येऊ लागल्या.

चपळाईने पुन्हा उठून हा आला नि समोरून सरळ येणाऱ्या महागजाच्या सुळ्याला याने आपली सोंड आवळली नि सगळी शक्ती एकवटून सोंडेला हिसका दिला. महागज कळवळला. त्याने दीर्घ चीत्कार फोडला. याची सोंड तशीच घेऊन

त्यानं याला पाठीमागे रेटा दिला नि त्याचा उजवा सुळा याच्या मानेखाली गेला. त्याची कळ लागेल तशी तरुण नरानं आपली सोंडेची मिठी सैल केली. पाठीमागे सरत तो नर मोकळा झाला नि पुन्हा फिरला. फिरता फिरता शेपटीकडच्या बाजूला त्याला दुसरी धडक बसली. सुळे तीव्रपणे खरचटून गेले नि वेदना असह्य झाल्या. तरुण नराचे धैर्य संपले. तो तसाच पळत सुटला.

तळ्याच्या काठाकाठाने दुसऱ्या बाजूने तरुण नर कळपाकडे चालला. महागज पाठीमागून पुन्हा पूर्वीच्याच गतीने येत होता. त्याची दृष्टी दुसरीकडे कुठंही नव्हती. ती फक्त पुढें जाणाऱ्या तरुण नरावर रोखलेली.

कळप जवळ आला तसा माद्यांचा चीत्कार वाढला. महागजानेही मोठ्याने आरोळी ठोकली. त्याने आपली गती वाढवली नि तो कळपाकडे धावतच येऊ लागला. तरुण जखमी नराच्या ध्यानात सगळी स्थिती आली नि त्याने कळपाकडचा मार्ग सोडला. तो दाट झाडीत घुसला. चीत्कार करत नाहीसा झाला.

महागज त्याच्या वाटेकडे बघत, तुतारी फुंकत कळपाकडे आला. त्याचे कान आता पडले होते. चाल मंद झाली होती. संथ गतीने सोंड हलवीत, मधूनच डोक्यावर नेत खाली बघत तो कळपाच्या पुढे येऊन थांबला.

ती मादी तो आलेला बघून वाट करत करत कळपाच्या मधे गेली नि अंग चोरून, काहीही हालचाल न करता सोंड खाली घालून उभी राहिली. माद्या मोकळ्या मोकळ्या झाल्या. इकडेतिकडे पाहू लागल्या. आपल्या बछड्यांकडे त्यांच्या नजरा वळल्या. महागज त्या उंच झाडाजवळ गेला नि स्वत:चे अंग बुंध्याला शांतपणे घाशीत उभा राहिला.

दुसरे दिवशी सगळ्यांची जलक्रीडा झाली नि सगळी रांग हळूहळू बाहेर पडू लागली. महागज पुढच्या बाजूला खाली मान घालून चाललेला. अचानक मधेच तो थांबला. त्याचे कान टवकारले. दृष्टी लांबवर इकडेतिकडे फिरली. सोंड वरती घेऊन त्याने हवा आत ओढली नि फुस्कारा सोडून कडाडणारा चीत्कार केला. वाट सोडून डाव्या बाजूने चालला.

लांबवर झाडीत तरुण नर कळपाकडे अपेक्षेने बघत उभा होता. त्याने त्याची चाल बघून पुन्हा पाठ फिरवली नि तो दाट झाडीत नाहीसा झाला.

तीनचार दिवस तो वेळा बदलून त्या कळपाच्या आसपास येई. पण त्याची चाहूल नि वास लागला की महागज चवताळून उठे नि दिसेनासा होईपर्यंत त्याचा पाठलाग करी. त्याने पाठलाग सुरू केला की ती स्थूल हत्तीण अस्वस्थ होऊन जागच्याजागीच पाय उचलत उभी राही. बारीक चीत्कार करी. सोंड अगदी उंचावर नेऊन खाली आणी. पाचव्या दिवशी तर महागज फार दूरवर बराच वेळ जाऊन पार त्याला सीमेपार करून आला.

पाठीमागे सगळा कळप अस्वस्थ होऊन जागच्या जागी इकडे-तिकडे हिंडत चीत्कार करीत होता. सामान्य नरांनी त्याला फारशी हालचाल करू दिली नाही. कळपाला महागजाच्या मागोमागही जाऊ दिले नाही.

तरुण नर आता तळ्याच्या पार दुसऱ्या टोकाला जाऊन राहू लागला. एका पसरट झाडाखाली त्याने आपली जागा नक्की केली. ती झाडी काहीशी आत होती. सकाळी उठून तो आसपास फिरे. फांद्या, डहाळ्या, गवत तोडून चुकलेल्या जनावरासारखा खात राही. लांबून कळप पाण्यात उतरताना दिसे. त्याला तेवढेच आपण कळपाशेजारी असल्याचे समाधान वाटे. अनिमिष नेत्रांनी तो त्याच्याकडे पाहत निस्तब्ध उभा राही. त्या स्थूल मादीची चाल त्याला दुरून दिसे. ती अशीच कुठेतरी रेंगाळत, एकलकोंडी पाण्यात उतरताना दिसे. तो अस्वस्थ होऊन दीर्घ सुस्कारा सोडी. प्रेमाने तुतारी फुंकण्याचे मनोबळ आता त्याच्यात राहिले नव्हते. घटकाघटका अशी जलक्रीडा स्थिरपणे पाहिल्यानंतर भानावर आल्यागत होऊन तो समोरच्या झाडाची फांदी नाहीतर गवताचा गड्डा सोंडेत धरून खेचून काढी. त्या मादीच्या बाजूने दूरवर फेकून देई.

त्यांची जलक्रीडेची वेळ चुकवूनच दुसऱ्या बाजूने सावध चित्ताने तो पाण्यात उतरे. तेथून कळपाकडे दृष्टी ठेवी नि उदासपणाने सोंडेतून पाणी फेकत राही. त्यातही त्याचे मन फारसे रमत नसे.

दुपारची विश्रांती घेत तो नुसताच पडून राहिला होता. आठ-नऊ दिवसांत बारक्या पिल्लांबरोबर खोड्या करायला मिळाल्या नव्हत्या. कुणाच्या अंगाशी अंग घासता आले नव्हते. त्या स्थूल मादीच्या तोंडात सोंडेने पाणी सोडले नव्हते. तिच्या कानांवर प्रेमाचा फूत्कार केला नव्हता. पाण्यांतल्या गुळचट वेलीचा गुंतावळा तिच्या पुढ्यात आणून टाकला नव्हता. तिची सोंड ह्याच्या डोक्यावरून, अंगावरून फिरली नव्हती. तिकडं त्याला फिरकताही येत नव्हतं. अंगावरच्या जखमा नुकत्याच कुठेशा खपली धरत होत्या.

चाऱ्याची, जलक्रीडेची आज गुंगीही आली नव्हती. उगीच चारी पाय टाकून तो वरचा कान हलवीत, सोंडेने फूत्कार सोडीत वेळ घालवीत होता. समोरून कशाची तरी खसपस आली नि त्याला चाहूल लागली. चटकन तो उठून उभा राहिला. पातेऱ्यातून एक उंदीर पळत होता. त्याला पाचोळ्यामुळे पळता येत नव्हते नि त्याच्या पाठीमागे एक भले मोठे जिवाणू सळसळत पळत येत होते. त्याने एक चीत्कार केला नि सोंडेने पाचोळ्याची एक छोटीशी वावटळ उठवली. जिवाणू नि उंदीर त्या वावटळीत बाजू काढून पळून गेली.

तो तळ्याच्या काठाला आला. दुसऱ्या टोकाला त्याची लांबवर नजर गेली. कळप थोडासा विखुरला होता. त्याला त्याची मादी एका झाडाच्या फांद्या उंच उंच

सोंडेने खाली आणताना दिसत होती. पण महागज त्याच्यावर दृष्टी ठेवून उग्र काळ्या चार खांबांचा आधार घेऊन उभा होता. त्याचे बाकदार पांढरेशुभ्र सुळे तेथून चमकताना दिसत होते. आखाड्याच्या दुसऱ्या टोकाला प्रचंड मल्ल चुरशीने पवित्रा घेऊन उभा राहावा तसे त्याचे उभे राहून पाहणे. क्षणभर हा तसाच उभा राहिला. दुसऱ्याच क्षणी महागजाची घन-गंभीर किंकाळी त्याला ऐकू आली. तो तिथल्या तिथं चाळवाचाळव करत इकडे-तिकडे फिरला नि पुन्हा पाहू लागला. पुन्हा कर्णभेदक ओरडणं ऐकू आलं ...तरुण नरानं हळूच पाठ फिरवली नि तो झाडीत शिरला ...कळपात जाणाऱ्या त्या मादीला गोंजारण्याच्या त्याच्या अनिवार इच्छेला संधीच मिळेना.

त्याला तिथे एका जागी चैनही पडेना. तो इकडे-तिकडे फिरू लागला. झाडाची खाली आलेली फांदी त्याने खस करून खिसून काढली. सोंडेत नि पायात धरून तिच्या चिंध्या केल्या. चोळामोळा करून लांब फेकून दिल्या.

आपल्या ठराविक जागी जाताना ते झाड पुन्हा त्याला घसटले. त्या दोन झाडांतील एकतरी झाड मोडून काढणे जरूर होते. त्याशिवाय त्याची येण्याजाण्याची वाट मोकळी होणार नव्हती. त्या झाडावर चिडून त्याने त्याला दोनदा धडका दिल्या. पण ते फक्त हादरले. त्याच्या डोक्यालाही झिणझिण्या आल्या... त्याने खाली वाकून आसपासचे रान उकरायला सुरवात केली. जमिनीत घुसलेली मुळे त्याने सुळे खाली घालून वर उचकटून काढली.

तासभर झोंबी देऊन आसपासची आठ-दहा मुळे त्याने सोडवली नि पाठीमागे लांबवर जाऊन वेगाने त्या झाडावर धडक दिली. झाड थोडे कोलमडले. पुन्हा परत जाऊन त्याच वेगाने दुसरी धडक बसली-नि झाड वाटेवरच आडवे झाले. त्याने सरळ मध्यावर सोंड घालून ते बाजूला नेऊन टाकले नि वाट मोकळी करून तो पुढे गेला.

तासभर आपल्या जागी जाऊन उभा राहिला. त्याचाही त्याला कंटाळा आला. विरळ दिसणाऱ्या झाडीतून तो सरळ चालू लागला. भोवती किर्र पसरलेले जंगल. झाडांच्या फांद्यांची, त्यात अडकलेल्या रानवेलींची गुंतागुंत, निरनिराळ्या आकाराची झुडपे, रानफुलांचे निरनिराळे रंग सगळे पाहत तो चालत राहिला.

मधेच एकदम गवती रान लागले. एका झुडपापाशी तीन अस्वलं काहीतरी हुंगत होती. आत जाण्यासाठी वाट शोधत होती. क्षणभर थांबला. त्यांचा व्यवस्थित त्याने कानोसा घेतला नि अचानक एक दीर्घ तुतारी फुंकली. अस्वलं लगालगा झाडीकडं मागं बघत निघून गेली.

गवती रानात तो पुढे आला. त्याने गवताचे चार घास चघळले नि पुढे चालला. पुढची झाडी बरीच विरळ होती. वानरे रानफळे ओरबडून खात होती. त्यांनी ह्याला

पाहिले नि त्यांच्या झाडावरच्या उड्या वाढल्या. ती हूपहूप करून एकच गोंधळ घालू लागली. एकत्र एका झाडावर जमू लागली. त्याचा फायदा घेऊन एका चित्त्याने गवतातून आपले अंग वर काढले नि समोरूनच जाणाऱ्या वानरांचा पाठलाग सुरू केला. ते वानर त्याला चुकवण्यासाठी सरळ नराच्या समोरूनच पळाले. चित्ता त्याच्याकडेच येताना पाहून त्याने चीत्कार केला नि सरळ चित्त्यावर चाल केली. अचानक समोरून आलेले हे संकट पाहून चित्ता पाठीमागे फिरला नि झाडीत नाहीसा झाला.

वानरांनी गजबजलेली ती झाडी बाजूला घालून तो पुढे चालला. चालता चालता त्याच्या समोरून लांडग्यांचा एक थवाच्या थवा हिरवे डोळे नि लाल जिभा चमकवत निघून गेला. भसकन पाच-सात कोल्ही त्याच्या पायांत आली. त्याने तो बिचकला नि तरातरा पुढे चालला...कोठून तरी लांबून एक डरकाळी ऐकू आली. डरकाळीमागोमाग दुसऱ्या दोन डरकाळ्या ऐकू आल्या नि सगळे जंगल घुमले.

त्याने कानोसा घेतला. सोंड वर करून वारा आत ओढून दीर्घ फुस्कारा सोडला नि धरलेली दिशा बदलून तो उगवतीकडं चालला. झाडी विरळविरळच होत होती. खाली गवत दाटलेले. अधूनमधून त्यातून साळिंदरं उड्या मारताना दिसत होती. तो चालतच राहिला. समोरून काळे पक्षी उडून पुढे गेले. त्याला कसला तरी वास आला नि त्या दिशेने तो पुढे गेला.

लांबवर हत्तींचा एक कळप त्याला दिसला. विखुरला होता. चारा खाण्यात, झाडावरचा हिरवा पाला ओरबडण्यात तो गर्क झाला होता. हळूहळू पावलं टाकत तो त्यांच्याकडे चालला नि अगदी अलीकडील मादीला त्याचा वास आला. तिने चारा खाणे सोडले. इकडे-तिकडे फिरून तिने चीत्कार केला. एक सुळेवाला नर तिच्याकडे धावत आला नि हत्तींचा गलका वाढला. चीत्कारामागून चीत्कार सुरू झाले.

तो तिथंच थांबला. कळपाची हालचाल, बिथरणे बघून तसाच परत फिरला. उजव्या बाजूनं अगदीच विरळ होत जाणाऱ्या झाडीकडे निघाला.

खूप वाटचाल केल्यावर तो एका अजिबात झाडी नसलेल्या विस्तीर्ण गवती मैदानात आला. हरणं कळपाकळपांनी चरत होती. एकमेकांकडे जात-येत बागडत होती. मधूनच सशांचे पांढरे करडे थवे एकदम उड्या मारत पळताना दिसत होते.

त्याने गवताचा एक घास तोंडात घातला. त्याला ते आवडलेले दिसले. तो तिथेच रमला. पार लांबवर पुन्हा झाडी दाट झालेली दिसत होती. पण तिकडे त्याचे लक्ष नव्हते. झगझगीत उजेडाचे ते रान त्याला आवडले. अंगावर चारी बाजूंनी उन्हं पडताना सुखावला.

विरळ झाडीच्या आसपासच त्याने तात्पुरता मुक्काम ठोकला. लांबवर डाव्या

बाजूस हत्तीचा एक कळप चरताना त्याला दिसत होता. तिकडे जावे असे त्याच्या मनात वारंवार येई. दोन दिवस तो त्या कळपाच्या आसपास चरत होता. कळपाचा अंदाज घेत होता. एखाद्या मादीवर त्याची दृष्टी खिळून राही.

मैदानापलीकडच्या झाडीतून चाहूल येत होती. माणसांचा कसला तरी गलका कानांवर पडत होता. रात्री तिथं अग्नी पेटलेला दिसे. मधूनच झाडी तोडतानाचे, झाडे मोडतानाचे आवाज होत असत. पण ते सगळे लांब होते. त्याच्याकडे लक्ष देण्याचे हरिणांना अगर त्याला कारण नव्हते. कळपही निर्धास्तपणे लांबवर एका बाजूला चरत होता.

चौथ्या दिवशी एक हत्तींचा कळप त्या उजव्या बाजूच्या झाडींतून बाहेर आला. मैदानात मध्यावर येऊन शांतपणे थांबला. एक हत्तीण खाली मान घालून याच्याकडे मुकाटपणे येऊ लागली. संशयानं तो गवत खायचे थांबून तिच्याकडे बघत उभा राहिला.

सोंड वर करत, बारीक चीत्कारत ती त्याच्याजवळ निर्धोकपणे आली. त्याला बरे वाटले. अंग ढिले सोडून त्याने सुस्कारा सोडला. ती त्याच्या सोंडेशी आपली सोंड भिडवू लागली. त्याच्या अंगाशी अंग घासू लागली. तो खूष झाला नि गवताचा एक पुंजका उपटून त्याने तिच्या वर केलेल्या तोंडात घातला. तिच्या अंगावरून त्याने सोंड फिरवली नि एक तुतारी फुंकली.

घटकाभर तशीच क्रीडा चालू होती. कळपातला एक हत्ती ओरडला नि ती हळूहळू कळपाकडे चालली. तिच्याबरोबर तोही चालला. तिच्या अंगाला अंग घासत. तोंडाभोवती, कानांभोवती, डोळ्यांभोवती सोंडेचे फूस्कारे सोडत तो डौलदारपणे जाऊ लागला.

ते कळपाजवळ आले नि कळप पाठ फिरवून झाडीकडे चालला. शांतपणाने पुढचे दोन नर पुढे चालले होते. बाकीचे तीनचार हत्ती मागोमाग मुकाटपणे चाललेले. आणि त्या सर्वांच्या मागून हे दोघे चाळे करत, क्रीडा करत येत होते.

कळप झाडीत घुसला. झाडी फार नव्हती. तीस-चाळीस वावावर नदीचे रुंद पात्र पसरले होते. उन्हाळ्यामुळे पाणी तसे शांत होते.

पुढचे हत्ती कळपाने पाण्यात घुसले नि हळूहळू दोन्ही बाजूला झाले. त्यांनी त्या मादीला नि नराला पाण्यातून मधूनच वाट करून दिली. मादी हळूहळू पुढे जाऊ लागली. तो मध्यावर गेल्यावर तिच्याशी जास्तच लगट करू लागला. सोंडेत पाणी घेऊन तिचे अंग भिजवू लागला. आडवे होऊन तिला पाण्यातच थांबवू लागला. ती थांबायलाच तयार नव्हती. तशीच पुढे चालली.

नदीच्या दुसऱ्या काठावरही तशीच दाट झाडी. पण एक चिंचोळी वाट मोकळी असलेली दिसत होती. मादी त्या चिंचोळ्या वाटेच्या दिशेने पाण्यातून वर चालली.

त्याला कसला तरी वास आला. तो तिथेच पाण्यात थांबला. वारे आत घेऊन त्याने सुस्कारा सोडला नि विजेच्या गतीने तो पाठीमागे फिरला पण पाठीमागचा कळप आता आडवा झाला होता.

नदीच्या पाठीमागे पडलेल्या काठावर आता माणसांचा प्रचंड गलका नि मोठमोठे आवाज होऊ लागले. सरावलेले हत्ती आडवे झाले नि त्याला तिन्ही बाजूंनी मध्ये घेतले. ती वाट जवळजवळ बंद झाली म्हणून तो घाबरून, निर्वेध वाटणाऱ्या पलीकडच्या तीरावर जाऊन चिंचोळ्या वाटेकडे वळला. वाट चढणीची होती. वाट चढून तो मादीपाठोपाठ पुढे सरकला नि पाठीमागील हत्तीचा सगळा कळपच्या कळप त्याच वाटेने आत आला.

पाठीमागे वाट बंद झाली. तिच्यावर झाडेझुडपे, लाकडे पडली. तो पुढे आला नि एका कात्रीत सापडला. मादी शांत होती. पण आता त्याचे मादीकडे लक्ष नव्हते. भोवती होणाऱ्या आवाजांनी नि गोंगाटांनी तो गोंधळून गेला होता. वाट शोधण्यासाठी सैरावैरा पळत होता, पण जाईल तिकडे त्याला प्रचंड खोलवर खोदलेली चर लागत होती. ती उल्लंघणे कठीण होते.

चाऱ्याशिवाय चार दिवस त्याला ठेवून हत्तींच्या कळपाने घोळक्यात घेतले नि हत्ती पकडणाऱ्या शिक्षित लोकांनी त्याला जेरबंद केलं.

लोक गावाच्या दिशेने वाटचाल करू लागले... ती मादी पुढच्या घोळक्यामध्ये चालताना दिसत होती. शेजारच्या हत्तींशी खोडी करीत, क्रीडा करीत पुढे चालली होती. तो लांब पाठीमागून भरल्या डोळ्यांनी अंकुशांचा, भाल्यांचा रेटा सहन करत चालला होता. सोंडेतून दीर्घ उसासे सुटत होते. पुढे जाणाऱ्या मादीकडे तो असहायपणे बघत होता. तिची इतर हत्तींशी चाललेली चेष्टिते पाहून अस्वस्थ होत होता. जंगल पाठीमागे पडत होते. सरळ आखलेले रस्ते पायांखाली येत होते. बेचैन मनाने त्याला ते तुडवावे लागत होते.

❖

नवे वळण

पाच-सहा वर्षांपूर्वी गावाच्या बाहेर साखर कारखान्याचं बांधकाम चालू झालं होतं. तीन वर्षांपूर्वी त्याचं पहिलं गाळप पार पडलं.

बांधकाम चालू झाल्यापासून गावात एक चर्चा सारखी ऐकायला येत होती. 'गावात साखर कारखाना चालू झाला. आता गोरगरिबाला कामं मिळतील. सालभर गावाला पोटभर खायला मिळंल.' हे बोलणं शिकल्या-सवरलेल्या व्यापारी-कारकुनापासनं ते रोज एकाच्या बांधाला जाणाऱ्या रोजगाऱ्याच्या तोंडातही होतं. मला ते ऐकून बरं वाटत होतं. नाही म्हटलं तरी चार-पाचशे लोक त्या कामात प्रत्येक वर्षी पाचएक महिने तरी जुंपले जाणार होते. तेवढ्यांच्या घरादाराचा चार-पाच महिने पोटाचा प्रश्न सुटणार होता. शिवाय साखर कारखान्याला ज्यांचा ऊस जाणार होता त्यांना चार पैसे प्रत्येक वर्षी गुळापेक्षा जास्त मिळणार होते. पैसे गावच्या रानावरच खर्च होतील नि रानं अधिक पिकाऊ होतील; त्यामुळंही गोरगरिबाला अधिक मजुरी मिळेल. गावात पैसा खेळू लागला की माणसाला कामं मिळतील, सुखाचे दिवस येऊ लागतील.

विचार करत मी संध्याकाळी बाहेर पडलो. हेतू असा की, साखर कारखान्याचे दोन हंगाम संपले आहेत, तिसरा आता नुकताच सुरू झाला आहे, गावातलं वातावरण कसं काय आहे हे बघावं.

मूळ गाव संपलं की, एस. टी. स्टँड लागतं. गावाच्या भोवतीभोर ऊसच ऊस आहे. हा सगळा ऊस पूर्वीपासून आहे. विहिरीच्या पाण्यावर, नदीच्या पाण्यावर गावात पोसला जातो. वीस-बावीस हातांवर विहिरींना पाणी लागतं. उसाचा प्रत्येक वर्षी घाणा होत असे नि गूळ तयार केला जात असे. हा गूळ महाराष्ट्रात आणि गुजरातेत 'कोल्हापुरी गूळ' म्हणून प्रसिद्ध आहे.

वास्तविक हे गुऱ्हाळ सुरू होण्याचे दिवस होते, पण गावात एकही गुऱ्हाळ चालू नव्हतं. ज्यानं त्यानं ऊस फॅक्टरीला घातला होता. प्रत्येक शेतकरी मनानं सुखावल्यासारखा झाला होता, कारण गुऱ्हाळाची दगदग नव्हती. गावातलं इंजीन घाणा ओढून मळ्यात न्या, ते रोवा, फडकरी सांगा, घाणेकरी सांगा, चिपाडं कोलावणीला बायका सांगा, चांगला गुळव्या बघा, त्याचे पाय धरा, मागतकऱ्यांना गोड बोलून वाटेला लावा, गूळ कोल्हापूरला वेळेवर न्या, धारण येती का नाही याची चिंता करा, 'पट्टी' चटकन् मिळत नसल्यानं दलाल लवकर पैसे देत नाही, मग

लावणी-उकटणी खोळंबते; तिची चिंता करा, अशी मनं पोखरणारी काळजी शेतकऱ्याला आता नव्हती. फॅक्टरीचे ट्रक येणार होते, ऊसतोडणी कामगार येणार होते, त्यांचा ते ऊस तोडून नेणार होते. आपण फक्त पैसे आणायला जायचं, शिवाय दर ठरलेला. त्यात कमी नाही का जास्त नाही. गेल्या दोन्ही वर्षी गुळापेक्षा जास्त पैसे मिळाले होते.

या बदलामुळं या दिवसांत आपापल्या मळ्यात उद्योगाला लागणारे शेतकरी रंगीत पटके झुलवत, दसरा-दिवाळीची खरेदी करत, हॉटेलात बसून चहा-चिवडा खात, न्हाव्याच्या दुकानात रिकामा वेळ गप्पा मारण्यात घालवत बसलेले दिसले... त्यांचे चेहरे उमलून पिकलेल्या सिताफळासारखे झाले होते.

पण गावात दोन-तीन वर्षांपूर्वी जे गुऱ्हाळाचं वातावरण असायचं ते कुठंच दिसत नव्हतं. गुऱ्हाळाच्या सुगीत सगळ्या गावभर नव्या गुळाचा सुगंध वातावरणात घनदाट दरवळायचा. पोराटोरांची तोंडं ऊस खाण्यात रमून गेलेली असायची. गावभर पडलेल्या उसाच्या चिमक्या गोरगरीब बायका चुलीच्या जळणासाठी गोळा करून ठेवायच्या. सगळी रोजगारी माणसं, फडकरी, घाणंकरी, चिपाडं कोलवणारे, चुलवे, आडंसोडी म्हणून प्रत्येकाच्या गुऱ्हाळात गुंतून गेलेली असायची. पोरांना रस, ऊस, ताजा गूळ, काकवी खायला मिळायची. सगळं गाव या सुगीत उद्योगाला लागलेलं असायचं, पण हे सगळं गडप झालेलं दिसलं. माणसं पाय पोटाशी घेऊन आपापल्या घरात इतर काही कामं मिळतील काय याची वाट बघत बसलेली दिसली... ज्यांनी फॅक्टरीचे शेअर्स घेतले होते, ज्यांचा ऊस फॅक्टरीला जात होता, जे राजकारणात कार्यकर्ते होते, जे साहेबांना निवडून आणण्यासाठी मदत करत होते अशा बागायतदारांचीच तरुण पोरं फॅक्टरीवर कामाला आणि नोकरीला घेतली होती... बाकी गाव जिथल्या तिथं होता.

स्टँडच्या जवळपास असलेल्या मोकळ्या जागेत फळांची, सायकलींची, स्कूटर-दुरुस्तीची, चपलांची, अशी बरीच दुकानं होती. तेवढ्याशा जागेत एस. टी. कँटीन धरून तीन हॉटेलं होती, ही सारी दुकानं जुनी. या दुकानांपासून जरा लांब रस्त्याकडेलाच पण उसाच्या शेताची थोडी जागा घेऊन एक नवं आलिशान दुकान उठलेलं दिसलं. त्याच्या रंगीत बोर्डानं माझं लक्ष वेधलं. देवनागरी लिपीत त्याच्यावर 'प्रदीप वाईन शॉप अँड परमीट रुम' असं इंग्रजी नाव होतं. गावात नुसतं एस. एस. सी. पर्यंतच हायस्कूल होतं. गावची बहुतेक जनता शेतकरी नाहीतर रोजगारी. बहुतेक उद्योग शेतीशी संबंधित, मग हे इंग्रजी नाव मराठीत वाचून कोण इंग्रजी साहेब वस्तू खरेदी करायला येणार होता? गावातल्या सुशिक्षितांतही एस. एस. सी. पर्यंतचा भरणा अधिक होता. त्या सर्वांना दारू म्हणजे काय ते देशी भाषेत कळलं असतं... कळलं असतं तरी 'वाईन' ला जी साहेबी ऐट होती ती 'दारू' ला नव्हती. तिला

हातभट्टीचा, कामगारांच्या घामाचा श्रमिक वास येत होता... आणि पिणाऱ्या प्रत्येकाला वाटत होतं आपण साहेब आहोत. साहेब नसलेल्यालाही 'साहेबा'ची स्वप्नं पडत होती... तेव्हा आपली दारूपेक्षा 'वाईन'च बरी. दुकान काढणाऱ्यानं अचूक विचार केला होता. दुकानाला योग्य नाव दिलं होतं, त्यामुळं गावाला एका नव्या रुचीचं लेणं लाभलं होतं. दोन-तीन वर्षांतली ही गावाची नवी कमाई.

दुकानाकडं पाहत, गावाला लागलेल्या नव्या दिशेचा विचार करत मी पुढं गेलो. आता ऊसवाल्यांना पैसा मिळणार. शेतकऱ्याला साहेबी स्वप्नं पडू लागणार. वाईनची मादक सुंदरी त्याला डोळे घालू लागणार, राजकारणी लोकांची ये-जा जास्त वाढणार. निवडणुकांना अधिक रंगत येणार. सरकारी अधिकारी, ऑडिटर, कारखान्याशी निगडित अनेक बडी माणसं आता या गावात मुक्कामाला येऊ लागणार. त्यांना कितीतरी कारणांसाठी अतोनात खूष ठेवावं लागणार. खूष केलं की सरकारी पैसा, सरकारी फायदे, सरकारी सवलती पोत्यांनी उचलता येणार, मग पैसाच पैसा मिळत जाईल. या सगळ्या गोष्टी सुरळीत चालाव्यात म्हणून त्यांचं प्रमुख 'वंगण' इथं बाटल्यांत भरून विक्रीला ठेवलंय. नवा विकास, नवा बिझनेस...

रस्त्यानं तसाच चालत राहिलो. जकात नाक्यापाशी आलो. मुनशी पालटीचा हा नाका. गावात येणाऱ्या प्रत्येक वस्तूवर जकात घेणारा. तीन एक वर्षांपूर्वी हा इथं नव्हता. गावाला गावचा विकास 'नाक्या' मुळं करता येतो हे तीन वर्षांपूर्वीपर्यंत माहीतच नव्हतं. गाव आपलं आपल्या वेड्या-बागड्या रूपावर खूष होतं. नटणं-सवरणं त्याला फॅक्टरी आल्यावर कळलं. तोपर्यंत जो-तो आपापल्या घरची नि रानाची कामं करून त्यांच्यावर इमानीपणानं जगत होता. मुनशीपालटी होती, पण निवडणुका कधी झाल्या याचा पत्ता लागत नव्हता. त्या यायच्या नि शांतपणानं कुणा प्रतिष्ठितांना निवडून निघून जायच्या. पुष्कळ वेळा त्या एकमतानं, बिनविरोध व्हायच्या. ही माणसं गावची दिवाबत्ती, रस्ते, आरोग्य, पाणी पाहायची. बाकी काही भानगड नाही.

स्वातंत्र्य मिळाल्यावर लोकशाही स्थिर झाली. निवडणुका घेऊन निवडून यायचं नि गावचा विकास विविध दिशांनी करायचा ही कल्पना आली, ती रुजली. मग निवडणुका जोरात होऊ लागल्या. मारामाऱ्या, शिव्याशाप देत भाषणं करण्याला प्रतिष्ठा आली. त्याशिवाय निवडणुका झाल्यासारखं वाटेनासं झालं. गावाचा विकास करण्यासाठी पैसा कसा उभा करायचा यातून नाक्याची कल्पना पुढं आली आणि ह्या नाक्याचा जन्म झाला.

नाक्यासमोर कोल्हापुराहून गावात येणारी एस. टी. थांबली. सहज पाहत उभा राहिलो. नाक्याच्या ऑफिसातून एकजण खाकी सदरा-पँटीत येऊन एस. टी.त घुसला. हातात रंगीत पावतीपुस्तक. गावचाच माणूस; त्यामुळं गावची माणसं

त्याच्या चांगलीच ओळखीची. कोण काय उद्योग करतो त्याची खडा न् खडा माहिती त्याला होती. प्रत्येकाच्या पिशव्या नि गठळी तो चाचपू लागला.

वीस किलोमीटरवर कोल्हापूर. गावातली शंभरभर माणसं रोज कोल्हापूरला जात नि येत. काही 'उद्यमनगरात' कामगार म्हणून असलेली, काही निरनिराळ्या कारखान्यांत, व्यापारी संस्थांत, ऑफिसात कारकून, शिपाई म्हणून काम करणारी, काहीजण गावातली बरीच कामं घेऊन कोल्हापुरास जाणारी आणि करून परत येणारी. पुष्कळ वेळा गोरगरीब माणसंही काही कामासाठी कोल्हापूरला जातात. त्याला बाकीचे शेजारी, मैतर आपली एखादी वस्तू आणायला सांगतात. या सगळ्यांना कोल्हापुराहून संसारासाठी वस्तू आणणं सोयीचं असतं. गावातल्या व्यापाऱ्यांपेक्षा त्या थोड्या स्वस्तात मिळतात. व्यापारी माल कोल्हापुरातच खरेदी करून गावात विक्रीला आणतात. त्यावर जकात आणि आपला फायदा बसवून तो माल विकतात. पुष्कळ वेळा खोट्या, तकलुपी वस्तू गरीब, अडाणी माणसांच्या गळ्यात जास्त पैसे घेऊन बांधतात. अशा वेळी अनायासे कोल्हापूरला गेल्यावर लागणाऱ्या वस्तू आणण्याची किंवा कुणाला तर आणायला सांगण्याची गावात रीतच पडून गेलीय.

ह्या सगळ्यांना जकातवाला हेरतो नि आणलेल्या प्रत्येक वस्तूवर जकात बसवतो. मुकाटपणानं माणसांना ती द्यावी लागते, नाहीतर 'गठुळं' जकात नाक्यावर नेलं जातं. 'आता पाच मिन्टात सायेब येतील. बस, त्यांस्नी सांग. मग त्येंनी तसंच सोडलं तर खुशाल जा. जर काय रीतसर जकात मागितली तर दे नि बिनघोर जा. माझं काही म्हणणं न्हाई.' असं म्हणून जकातवाला त्याचं गठळं घेऊन ऑफिसात जातो नि कधीच न येणाऱ्या सायबाची गावकऱ्याला वाट बघायला लावतो.

कधी एस. टी.त जाण्या-येण्याच्या चिंचोळ्या वाटेत ठेवलेलं गठळं किंवा वस्तू बघून जकातवाला विचारतो, 'हे कुणाचं?'

कुणीच उत्तर देत नाही. माणसांच्या गर्दीत गठळ्याच्या मालकाला वाटतं की, कुणी उत्तरच दिलं नाही, तर जकातवाला कंटाळून पुढे जाईल, पण जकातवालाही याच गावचा असतो. गठळ्याला कुणी होकार भरत नाही, असं त्याच्या लक्षात आलं की बाकीच्या पावत्या प्रथम फाडतो नि खाली उतरताना गठळं कचकन् उचलून पाठीला लावतो.

लगेच गठळ्याचा मालक जागा होतो नि त्याला नाइलाजानं पावती फाडावी लागते.

दीसभराच्या कामानं हात काळे मिचकूट झालेल्या, अंगावर फाटके-तुटके कपडे शिवून ठिगळं लावून घातलेल्या, थकल्याभागल्यानं गाल, डोळे नि आवाजही आत ओढलेल्या त्या माणसांना जकात म्हणून जाणारे चार पैसेही ह्या भयाण महागाईत लाखमोलाचे वाटत असतात. तरी ती पैसा-पैसा साठवून आणलेल्या

स्टोव्हवर, सायकल-टायरवर, चपलांवर, प्लॅस्टिकच्या बादलीवर, इतर जीवनोपयोगी वस्तूंवर जकात देत असतात. हातात विकासाच्या तांबड्या पावत्या घेऊन बसत असतात. तेवढ्या पैशांत पोराला चिरमुरं-फुटाणं, एखादं केळ, एखादा पेरू घेता आला असता याची हळहळ त्यांना वाटते, पण गावचा विकास साधण्यासाठी त्यांना ही जकात भरावी लागते.

गावात डांबरी रस्ते, बागा, उद्याने, पुतळे, विजेच्या दिव्याऐवजी ट्यूब्ज आणणे, मुनशीपालटीतील नोकरांच्या पगारातील वाढ, वेळावेळी होणाऱ्या कार्यकारिणीच्या सभांचा खर्च, पंचायतीच्या सभासदांचे कामासाठी जिल्ह्याला, मुंबईला जाणे-येणे, सार्वजनिक सांस्कृतिक कार्यक्रमासाठी हॉल, नव्या सार्वजनिक इमारती, त्यांची उसाभर, निर्मिती म्हणजे गावाचा विकास.

यातील एकही गोष्ट या बिचाऱ्यांच्या उपयोगाची नसते. त्यांच्या केवळ जगण्याचेच प्रश्न भयानक होते. त्यांच्या घरात रॉकेलचीच चिमणी ढणढणत असली तरी त्यांना रस्त्यावरच्या विजेच्या दिव्यांसाठी आणि ट्यूब्जसाठी कराचा पैसा द्यावा लागत होता. उपाशी मरणाऱ्या पोरांना वेळच्या वेळी अन्न कसं द्यायचं हा त्यांच्यापुढचा प्रश्न होता. बागा-उद्यानात पोरांना घेऊन फिरायला जायचं त्यांच्या स्वप्नातदेखील येत नव्हतं. त्यांच्या खऱ्या विकासाचं सोयरसुतक मुनशीपालटीच्या कक्षेत कायद्यानं येत नव्हतं.

'विकासराऽव' पाठीमागून कुणीतरी हाक मारली. वळून पाहिलं तर हायस्कूलमधून शाळा सोडलेला मित्र पिष्टे बसला होता. पेट्रोल पंपाच्या ऑफिसातल्या गळदगेकराशी गप्पा करताना दिसला.

'काय पिष्टे?'

'अहो, या इकडं. एस्टीला काय बघताय, कवा बघिटली नसल्यागत?'

मी गेलो. शेजारच्या 'शेरे पंजाब' हॉटेलातनं तीन चहा मागवला. जुन्या आठवणी निघाल्या. बाप लहानपणीच वारल्यानं पिष्टेला नववीतनंच शाळा सोडावी लागली. एका खाजगी डॉक्टराकडं कंपाऊंडर म्हणून लागला. पुढं इतका हुन्नरी निघाला की त्यानं रजिस्टर प्रॅक्टिशनरचा कोर्स पुरा केला. बाहेरून एस.एस.सी. पास झाला. कंपाऊंडरच्या काळात केलेली गरिबाघरची पहिली बायको सोडून दिली नि सरकारी दवाखान्यातल्या नर्सशी लग्न केलं. आता दोघे मिळून आसपासच्या खेड्यावर जाऊन औषधं देतात. इंजक्शनं करतात... खेड्या-पाड्यातल्या बायकांची बाळंतपणंही करतात. मोटरसायकलवरून गावोगावी जातात. पावशेर ज्ञान आणि पाच खंडी धंदा असा त्यांचा खाक्या... खेडेगावात लोकांना औषधाच्या पाण्यापेक्षा सुई टोचून घेणं बरं वाटतं. पिष्टे त्या सुईतनं औषध देत होता की पाणी, कुणास ठाऊक? पण आता त्यानं माळावरच्या पांढरपेशा वस्तीत प्लॉट घेऊन उत्तम घर

बांधलं आहे. दोन मुलांना कोल्हापूरला बायकोच्या माहेरी शिकायला ठेवलं आहे. घरकामाला बाई ठेवली आहे.

गाव-गप्पा रंगत गेल्या. माझ्या आणि कदाचित त्याच्याही मनात ज्या शिक्षकांविषयी आदर होता, त्यातील दोघांच्या अनेक भानगडी त्यानं मला सांगितल्या. त्यातील एक ब्राह्मण शिक्षक गावात कुणी बकरं किंवा कोंबडं कापलं तर पंक्तीला मटण खायला कसं जातात हे तो तिखट-मीठ लावून सांगत होता. याच शिक्षकांचा धाकटा भाऊ गावातली लग्ने लावत अजूनही हिंडत असतो. रामाच्या देवळात पुजाऱ्याचं काम करतो. 'आता तूच मला सांग कोंबडा खाल्लेल्या खरकट्या तोंडानं मास्तर घरात, देवघरात जातात. स्वैपाक घरातल्या भांड्यांनीच त्याच तोंडानं पाणी पितात. काय राहिलं का बामणपण त्या घरात? उद्या त्यांचीच पोरं 'मी बामण हाय, मला शिवू नका. देवाला विटाळ होईल' म्हणून गावाला सांगणार... हाय का न्हाई न्याय?' पिष्टे माझ्या मांडीवर हात मारून विचारत होता. मनोमन मी ओशाळत होतो, पण बाहेर हसत होतो. मान हलवत होतो, जिज्ञासेनं ऐकत होतो.

पंपावरचा गळदगेकर त्याच्या म्हणण्याला मान हलवीत फुंकत-फुंकत कडक चहा कपानंच पीत होता. जाणाऱ्या-येणाऱ्या गाड्यांकडं नजर लावून बघत होता. पेट्रोलचे पैसे घेत, मोड देत होता.

पेट्रोलपंप जकात नाक्याच्या नेमका समोर होता. रस्त्याकडेला भरपूर जागा सोडून तो आतल्या बाजूला बांधलेला. हा रस्ता नेहमी वाहता होता. तो राष्ट्रीय महामार्ग होता. अनेक महत्त्वाची शहरं या रस्त्यावर होती. त्यामुळं एस.टी. गाड्या, ट्रक्स, छोट्या कार्स, इतर भाडोत्री वाहनं, दुचाकी गाड्या सतत धावताना दिसत होती. डिझेल घेण्यासाठी, पाणी, विश्रांती घेण्यासाठी इथं एकामागोमाग एक असे बरेच ट्रक्स उभे असतात. शीख ड्रायव्हर्स-क्लिनर्स हॉटेलात रुकतात, पितात. काथ्याच्या खाटेवर आडवे पडून तास-तास, दोन-दोन तास झोपा काढतात नि निघून जातात. सारखी जा-ये सुरूच असते. ह्या पंपाच्या आणि नाक्याच्या मध्ये ट्रक्सची अशी सरकती भिंत कायमची उभी असते.

तिची गंमत बघत, पिष्टेचं बोलणं ऐकत, त्याच्या कमाईचं कौतुक करत मी चहा घेतला नि उठलो.

'जातो, जरा फिरून येतो फॅक्टरीपर्यंत.'

'या, या. तुमच्यासारख्या मास्तर मंडळींना थोडा व्यायाम पाहिजेच.' मी हायस्कूलमध्ये मास्तर होतो, हे त्याला माहीत होतं म्हणून मला त्यानं माझ्या आदर्श गुरुजींची चित्तर-कथा ऐकविली होती.

मी उठलो. फॅक्टरीच्या दिशेनं चालू लागलो. लांबून फॅक्टरीची डौलदार इमारत दिसू लागली. छोट्या-मोठ्या भागांच्या गरजेनुसार बांधलेल्या छोट्या-मोठ्या वैशिष्ट्यपूर्ण

उंचीमुळे ती विलक्षण आकर्षक वाटत होती. ते आकार उंच आभाळात गेल्यागत दिसत होते. त्या जुन्या-जुन्या डोंगराच्या पायथ्याला जणू नव्या युगाचे, स्वर्गीय नगरीचे देवाधिदेवच उभे केलेले. त्याचं धुराडं त्यांच्यापुढं उदबत्तीसारखं लपेटदार धूर सोडत राहिलेलं. अर्धा एक मैलावर ही विज्ञानदेवीची किमया स्वप्नासारखी ऐटीत उभी राहिलेली.

मधल्या सखल भागात गावातल्या हिशेबी लोकांनी इथं फॅक्टरी होणार हे कळताच अडाणी शेतकऱ्यांच्या जमिनी फुकापासरी दरानं विकत घेऊन, त्यांचे प्लॉट्स पाडून फॅक्टरीच्या लोकांना भाड्यानं देण्यासाठी व त्यांचे 'पॉकिटमनी' गल्ल्याच्या ड्रॉवरमध्ये ओढून घेण्यासाठी छोटी घरं, चाळवजा खोल्या आणि व्यापारी दुकानं बांधली होती. त्या निमित्तानं काही मध्यमवर्गीय मंडळी तिथं रहायलाही आली होती. एक छोटंसं नवं गावच तिथं वसलं होतं. मोकळ्या हवेला मुलं क्रिकेटटेनिससारखे नवयुगाचे खेळ खेळत होती.

ते बघत-बघत फॅक्टरीकडं गेलो. लांबूनच तिच्याभोवतीनं एक प्रदक्षिणा काढली. मुंगीसारखी राबणारी माणसं... रस काढलेल्या उसासारखीच त्यांच्या अंगाचीही चिपाडं झाली होती. उकळत्या रसातून साखर तयार होते, तसा उकळत्या माणसांतूनही घाम गाळून पैसा तयार होतो याची सहजसुलभ जाणीव झाली.

दुसऱ्या बाजूनं दहा-बारा पांढऱ्या टोप्या, खादी सदरे एकदम बाहेर पडून जीपमधून निघून गेले. वारुळातल्या राणीमुंगीसारखे ते त्या इमारतीच्या बाजूच्या एका छोट्या दारातून बाहेर पडले. त्यांच्याकडं राबणाऱ्या मजुरांपैकी कुणाचंही लक्ष जात नव्हतं. ते आपले गाड्यांतून ऊस काढत होते, इकडं-तिकडं नेत-आणत होते. मोकळ्या गाड्या परतवत होते. नुकतीच भट्टीतून काढलेली नि पांढऱ्या शुभ्र खादीला नुकतीच इस्त्री केल्यागत वाटणारी दाणेदार सफेद साखर छोट्या लॉऱ्यांमध्ये भरून जवळच्याच गोडाऊनमध्ये नेऊन टाकत होते. हे गोडाऊनही गावातील पाटील-देशमुखांच्या दगडी वाड्यांचंच सिमेंटमध्ये नवं रूपांतर केल्यागत भक्कम वाटत होतं.

तासभर ते वातावरण बघून पाठीमागं फिरलो. पुन्हा नाक्यापाशी येऊन जरा बाजूला असलेल्या मैलाच्या दगडावर घटकाभर बसलो. नाका, पेट्रोल पंप, हॉटेल्स, थांबलेले ट्रक्स, येणाऱ्याजाणाऱ्या गाड्या, रिकामे लोक पाहाताना बरं वाटत होतं.

कोल्हापुराहून एक सुरेख पिवळ्याहडूळ रंगाची छोटी गाडी गती कमी करत पेट्रोल पंपावर हळुवार गेली. वाटलं की, ती पेट्रोल घ्यायला गेली, पण तसं झालंच नाही. त्याच हळुवार गतीनं ती पंपासमोरच्या ट्रक्सच्या भिंतींना पार करून दुसऱ्या बाजूनं हळूच रस्त्यावर सरकली. जणू पेट्रोल घेऊनच बाहेर पडली आहे नि गावात चालली आहे... पुढं गेल्यावर गाडीनं गती वाढवली नि ती गावात सरकली.

मला कोडं पडलं की हिला जर पेट्रोल घ्यायचं नव्हतं तर ही पेट्रोल पंपावर गेली का? रस्ता सरळ आहे. तिला आहे त्या वेगानं तसंच भरधाव जाता आलं असतं. विनाकारण वेग कमी करून हे वळण घेण्याचं काही कारण नव्हतं.

असा विचार मनात येतो न येतो तोच दुसरी गडद शेवाळी रंगाची गाडी मागून आली. दोघींमध्ये जेमतेम अर्ध्या पाऊण मैलाचं अंतर असावं. तीही त्याच डौलदारपणानं गती हळूहळू कमी करत पंपावर वळली नि त्याच गतीनं दुसऱ्या बाजूला बाहेर पडून रस्त्याला लागली.

माझ्या लक्षात आलं की, मागचा जकातवाला खाकी कारकून त्या गाडीच्या दिशेने सुखावून अनौपचारिक बघतो आहे, जणू त्याची घनिष्ठ मैत्री होती... मला शंका आली की, जकात नाक्याच्या कारकुनाचा नि ह्या गाड्यांचा संकेत तर काही नसेल? कर चुकवाचुकवीचा, गाडीचा मालक नि कारकून यांच्या मतामतीचा तरी काही हा प्रकार नसेल? कोल्हापुराहून येताना ह्या गाड्यांनी पेट्रोल पंपावर वळण घेतलं की कारकुनानं समजावं ह्या गाड्या 'आपल्या' आहेत. ह्यांच्याकडून नाक्यावर जकात घ्यायची नाही. ती रात्री घरी जाऊन वाटाघाटी करून खाजगीत घ्यायची. नाक्यावर आलेल्या इतर अधिकाऱ्यांना आणि एरव्ही गप्पा मारत बसलेल्या लोकांना मात्र वाटावं की, गाडी पेट्रोल घ्यायलाच पंपावर गेली होती.

मी मैलाच्या दगडावरून उठून सहज पेट्रोल पंपाच्या ऑफिसमध्ये गेलो. गळदगेकर गल्ल्याचा हिशोब करत बसला होता.

'गळदगेकर, पिष्टे गेला काय रे?'

'मघाशीच. या बसा. पिष्टेकडं काही काम होतं?'

'नाही, बुवा. सहज चौकशी केली. फिरून आलो. म्हटलं, पाच मिनिटं विश्रांती घ्यावी नि गावात जावं. पिष्टे येणार असेल तर त्याच्याबरोबर जावं. चलतो.'

'विश्रांती घेत नाही का?'

'घेतली की. तिथं मैलाच्या दगडावरच आरामात बसलो होतो... काय रहदारी वाढली आहे रे!'

'हो तर...'

'आत्ताच ह्या पाच मिनिटांत एक पिवळी नि दुसरी गडद शेवाळी अशा दोन गाड्या गेल्या. काय छान दिसत होत्या त्या.'

'गावच्याच आहेत आपल्या धनगोंड पाटलांच्या.'

'दोऽन?'

'मग. प्रदीपला एक नि संदीपला एक.'

'म्हणजे?'

'विशी-पंचविशीत आली आहेत आता ती.' तो पैसे मोजता-मोजताच बोलत होता.

'अच्छा, चलतो मी.'

मी गावात निघालो.

पक्-पक्-पक् करून रस्त्यावरच्या ट्यूब्ज लागल्या. प्रकाशाची दुधी कबुतरं जागच्या जागी पंख फडफडवीत बसल्यागत वाटलं. असा कुठं सूर्य मावळून किनीट पडायच्या आत रस्त्यावर पांढरा प्रकाश सांडला... गावाचा विकास झालाय खरा. पूर्वी याच रस्त्यावर दिवस बुडाल्यावर काळोख दाटलेला असे. झाडांच्या सावल्या पडून तो अधिकच दाटून येई. त्या काळोखात सहसा कुणी जात नसे. किरकिरे आणि घुबडं या झाडांचा आसरा घेऊन रात्रभर ओरडत, पण आता हा रस्ता गावात आल्यागत वाटतंय. माणसं पायी, सायकलीवरून सहजासहजी जात-येत आहेत.

रमतगमत स्टँडपाशी येऊन पोचलो. त्या दोन्ही गाड्या वाईन शॉपसमोर येऊन थांबल्या होत्या. मी चकित झालो. दुधी प्रकाशात त्या झाकून ठेवलेल्या एखाद्या रहस्यासारख्या बाजूला उभ्या होत्या. वाईन शॉपचं 'प्रदीप' हे नाव पुन्हा एकदा वाचल्यावर त्या रहस्याचा इवलासा भाग उकलला... पाटलांच्याच दोन्ही मुलांनी हे वाईनशॉप घातलंय.

धनगोंड पाटील हे गावचे पाटील. गावात सुरू झालेल्या सहकारी साखर कारखान्याचे चेअरमन. कोल्हापूरच्या जिल्हा परिषदेच्या राजकारणातले एक अग्रणी त्यांनी कॉलेज शिकलेल्या आपल्या दोन्ही मुलांना हे वाईन शॉप काढून दिलेलं दिसत होतं.

क्षणभर चिंचेच्या काळोख्या सावलीत तसाच उभा राहिलो. दुकान आणि गाड्या न्याहाळाव्यात असं वाटलं. चरबीयुक्त चेहऱ्यांनी दोन्ही मुलं समोरच्या दोन नोकरांना काही सूचना देत होती.

ते दोन्ही नोकर दुकानातून बाहेर आले. त्यांनी इकडं-तिकडं पाहिलं. सगळीकडं रात्र पसरलेली. स्टँडवरची गर्दी कमी झाली होती. एखादी सायकल येत होती. काळोखात निघून जात होती... एका बाजूचं वाईन शॉप आता शांत झालं होतं. रात्रीचा बहर यायला अजून तासभर अवकाश होता. त्याच्या पाठीमागच्या बाजूला उसाच्या रानाचा काळोख पसरला होता.

दोन्ही तरुणांनी शेवाळी रंगाच्या गाडीचं दार उघडलं नि दोघे मिळून एक मोठं खोकं आत नेऊ लागले. अशी तीन खोकी गेली, मग हळूच डिकी उघडली. तिच्यातून चार खोकी बाहेर काढली. पिवळ्या गाडीतूनही अशीच सात खोकी हळूहळू पाठीमागच्या बाजूनं शॉपमध्ये गेली. एकूण चौदा खोकी... दोन-अडीचशे तरी बाटल्या असतील. नंबर एकचं महागडं मद्य आत गेलं असावं. म्हणजे किती हजारांचा माल? मला तरी किंमत कुठं माहीत आहे? पण निदान वीस-पंचवीस हजार तरी असणार. त्याच्यावरची जकात किती झाली असती कुणास ठाऊक? ती सगळी चुकवली. या मोबदल्यात कारकुनाला पन्नास-शंभर रुपये रग्गड होतील. त्यात त्याची त्या दिवशीची चैन होईल, त्याचा बँक बॅलन्स वाढेल. तो मग एखादी

मोटरसायकलसुद्धा घेऊ शकेल. गावचा व्यापार आता साखर कारखान्यामुळं अधिकाधिक वाढेल. कारकुनालाही वाढत्या रकमा मिळत जातील. तो एखादा माळावरच्या वस्तीत प्लॉट घेईल. त्याच्यावर टुमदार बंगली बांधेल. त्याची नोकरी सार्थकी लागेल... कदाचित तो आपल्या मुलांना इंग्रजी शिकवील. त्यांना असाच एखादा उद्योग काढून देईल. त्याच्या घरादाराचा विकास होईल... वाईन शॉपचे प्रदीप-संदीप असा बिझनेस करत-करत गावात आणखी श्रीमंत होतील. त्यांची कमाई मग निवडणुकात अधिक उपयोगी पडेल. लहानपणापासूनच त्यांना निवडणुकांचा सराव होतो आहे. वडिलांच्या निवडणुकांत सक्रीय भाग घेऊन ते अनुभवी, मुरलेले मुरब्बी होत आहेत, वारसा निर्माण होत आहे. त्यांची अंधारात चाललेली ही काळी कमाईही त्यांना पुढच्या पुढच्या निवडणुकांत अधिक उपयोगी पडत जाईल. छोट्या-छोट्या निवडणुकामागोमाग मोठ्या-मोठ्या निवडणुका हे जिंकतील. संघटना कशा बांधायच्या, भाषणे कशी करायची, कुणा-कुणा इतिहास पुरुषांची नि समाजधुरिणांची नावं घ्यायची, चेहऱ्यावर आणि हातवाऱ्यांतून तळमळ कशी दाखवायची याचं आधुनिक तंत्र त्यांना तोपर्यंत चांगलंच अवगत झालेलं असणार. ते कदाचित आमदार होतील, मग हळूच राज्यमंत्री, कदाचित शिक्षणमंत्री, कदाचित समाजकल्याण मंत्री, कदाचित मुख्यमंत्रीही होतील.

त्यांच्या मुलांना, गणगोतांना मग सगळ्या जिल्ह्याभर वाईन शॉप्स काढण्याचे परवाने मिळतील. कदाचित राज्यभर आणि कदाचित देशभरही! त्यांनाही निरनिराळे उद्योग, एजन्सीज् मिळतील. एका गावचा शेतकऱ्याचा पोर देशभर असा दिगंत कीर्ती झालेला आणि स्वत:चा विकास करून घेतलेला पाहून गावच्या पिढ्या-पिढ्यांना उदंड वाटेल– अशी भविष्यातली स्वप्नं धनगोंड पाटलांच्या मनात नक्कीच असणार.

तोपर्यंत इकडं खुद्द गावचा विकास गोरगरिबांच्यावर लादलेल्या जकात उत्पन्नावर झालेलाही असेल. गरिबांना संपूर्ण निरुपयोगी असलेल्या डांबरी रस्त्यावर राजकारणी लोकांच्या अलिशान रंगीत गाड्या आत बसलेल्या नेत्याला धक्काही न लावता हळुवार आणतील. त्यांची मुलं उद्यानात, बागांत हिंडतील. म्युनिसिपल हॉलमध्ये ती गावच्या विकासाच्या सभा घेतील, म्हणतील... 'गरीब जनतेवर नाइलाजानं अधिक कर लादावा लागत आहे, पण गावच्या विकासासाठी सामाजिक कर्तव्याची भावना ठेवून तो सर्वांना सोसावा लागतो आहे. देशासाठी, लोकशाहीसाठी सर्वांना थोडा-थोडा त्याग करावाच लागतो. तो आपण केला पाहिजे...' असं ते गावकऱ्यांना बरोबर पटवून देतील.

... गाव पुन्हा विकासाचं नवं वळण घेईल. या उद्याच्या वळणाचा अंदाज कोण करू शकेल?

आंघूळ

कवा गाव जवळ येईल असं होऊन गेलं हुतं. रंदिव्याची वाडी तशी धा-बारा मैल लांब. पर डुईवर गुळाच्या ढेपंचं वझं. चार-पाच सायीच्या वड्या. खांद्यावर कुठल्या तरी शेर-आडिश्री शेंगांचं गठळं लोंबकळतेलं. हातात काकवीची कासांडी... एक हात वर नि एक हात खाली... खालचा हात आवघडला की वर धरायचा नि वरचा अवघडला की खाली धरायचा. खांद्यावरचं गठळं अधनं मधनं वर सारायचं... ह्यातलं कायबी टाकून द्यायजोगं न्हवतं. उलट जमलं असतं तर कासांडीभर रस नि उसाचं चार-पाच बुडकं घेऊन यायचं हुतं. पर धा-बारा मैल एकटा माणूस कंचं-कंचं न्हेणार?

दसरा-दिवाळीचं ऊन वरनं तापतेलं. अंगावर आठ दीस तीच कापडं. त्येंच्यावर रस पडून, हात पुसून, गुऱ्हाळाच्या धुराटीनं काळी काळी झालेली. कुबट कुबट वास मारतेला... अंगाला साताठ दीस पाणी लागलंच न्हाई. घामानं मळीचं टेपाण बसलेलं. सगळं अंग आंबून गेलेलं. तशात माळाचा रस्ता. सगळ्या माळानं तांबडा फुफ्फुटा पायाबुडी बकबकतेला. हातापायांच्या शिरा ताटून गेलेल्या... घरात जाऊन आता घडाघडाघडा ऊनऊन कडक पाण्यानं आंघूळ करायची. घसाघसा तेल चोळून घ्यायचं. हाता-पायांच्या आकसलेल्या नाड्या तेवढ्याच सलाम पडतील... समदं अंग जरा ढिलं पडंल.

दारात त्यो दिसला नि चार-पाच पोरं "बाबा आला, बाबा आला" म्हणून गोमगाला करत सोप्यात आली. दारातनंच त्येनं बायकूला हाक मारली. गंगूला ती पोरांच्या कालव्यात ऐकू गेली न्हाई. त्येला भवतीची पोरं इतकी चिकटली की काकवीची कासांडी आता डचमळणार तरी न्हाईतर सांडणार तरी, असं वाटू लागलं.

"आरं, मागं सरा, तुमच्या भणी!"... डुईवरची ढेप मानंत बसलेली...

पोरं बिचकून थोडी मागं सरली.

"ऐकू आलं का कानांत खुट्टं मारल्यात ग?" त्येनं डोसक्याचं खापार उडायजोगा आवाज चढीवला.

"काऽय?"

"घोशा लावलाय काय आत?" हात अवघडून दंडातनं तुटायजोगा झालेला.

"तुम्हांस्नी आल्याबरोबर लगीच तान लागली वाटतं माझी?" पोराला उरासंगं

घेऊन ती बाहीर आली.

"तुझ्या आयला! हातातली कासांडी घे... उतरू कोण लागायचं मला?"

"मग सरळ सांगायला येत न्हाई? का घाणा करून आलासा का लढाईवर जाऊन आलासा? द्या हिकडं ती कासांडी."

तिनं पोराला भुईवरच टाकलं नि हातातली कासांडी घेटली. बाजूला ठेवली नि त्येच्या गुळाच्या ढेपंला हात लावला. हळूच ढेप खाली ठेवली. तवर पोरांनी कासांडीभवतीनं घोळका करून काकवीत तीनतीन बोटं बुडवून घेटली.

"बाजूला हुता का न्हाई रे शेंबड्यांनो?"

मग पोरांचा ढेपंभवतीनं दंगा. एकानं शेंगाचं गठळं वाजवून बघिटलं. गठळं सोडलं. सायीचं ढपळं पळीवलं. एकाला कायच मिळालं न्हाई म्हणून आरडाय लागलं... गंगूनं सगळ्यांस्नी धोपटून काढलं... शिव्या देत मधल्याच्या पाठीमागं लागली. मधी आलेली कंबी चुकवाय गेली नि तिचा पाय भुईवरच्या बारक्याच्या हातावर पडला. ते चिघाळलं... नुसता योऽट.

त्यो भित्तीला पाठ नि डोसकं टेकून आढ्याकडं बघत बसला. दोन्ही बाजूंला दोन पाय फेकल्यागत ढिलं करून टाकलं. चपचपून ऊन लागलं हुतं. तीन-साडेतीन तास वझं घेऊन चालून पोटात भूक कवकवलेली.

"भाकरी काय हाय काय ग?"

"आता कुठली भाकरी? सगळी पोरं गिळून रिकामी झाल्यात."

"जराबी काय शिलकीला न्हाई?"

"दोन वाजाय आल्यात. अजूनपतोर भाकरी शिलकीला पडत्यात?... डुकरासारखी पोरं हाईत ही! वाईच शेंगा-गूळ खावा नि पाणी प्या."

"वाईच च्या तरी करून दे."

"च्या देती करून. गूळ घेऊन आत चला एवढा."

त्येला बसलेला जागा आता उठायला नगं वाटत हुतं. सांधा नि सांधा दुखत हुता.

ती आत गेली. ह्येनं वाकत वाकत ती ढेप उचलून आत न्हेली... आयला एवढं राबून आलो तर रांडंला त्येचं कायबी न्हाई... ते अंगाला तेलबी चोळाय नगं नि त्या आंघुळीचंबी नाव नगं.– त्येचं मन नासल्यागत झालं.

बाहीर गेलेली ती तास रातीला परत आली.

"बाळूला जास्तच झालंय."

"किती दीस झालं?" त्येचं काळीज आतल्या आत हललं.

"चार दीस झालं. उगंच डोळं झाकून पडलाय. नुसती हाडं उरल्यात... जाऊन बघून तरी या."

"आता मी बघून तरी काय करणार?"... त्येचा जीव कट्टाळून कट्टाळून गेला हुता. कंबीला हाक मारून त्येनं चुलीवर पाणी ठेवाय सांगिटलं.

"तुमचं आई-बा असतं म्हंजे लगीच गेला असतासा!"... ती एकदम फुटाण्यागत फुटली. बाळू तिचा चुलतभाऊ. पलीकडच्या गल्लीतच तिचं माह्यार. ह्येची आणि बाळूचीबी लहानपणापासनं दोस्ती. शिवाय म्हेवण्याचं नातं... गणगोत.

"... आयला ह्या घराच्या! ह्या संसारावर कवा माती पडती कुणाला दखल!" व्हटांतल्या व्हटात बोलत त्यो उठला... डोळ्यांवर नीज झापडल्यागत हुईत हुती. उठला नि फाटकी खेटरं पायानं वडत वयल्या गल्लीच्या बोळात घुसला.

बाळूच्या घराला उदास कळा आलेली. माणसं कपाळाला हात लावून पायांवर पाय घेऊन गुमान बसलेली. त्यो बिनबोलताच आत गेला. खोलीच्या अंधारात घुसला... कुबट, कुजकट वास... किती दिसांचं हातरूण... आजारबी कितीतरी दिसांचा.

तेल सपलेली चिमणी कोलतीगत मिणमिणीत झालेली.

"बाळूऽ" अंधारातच त्येनं हाक दिली.

बाळूनं ओ दिलीच न्हाई... त्येला डोळं उघडायलाबी ताकद न्हवती... अंधारात हळूहळू दिसू लागलं. बाळूची हाडं मोजायला येत हुती. कातडं हाडांवर कट्टाळल्यागत पडून ऱ्हायलेलं. गालफाडं आटून गेलेली.

बाळूची बायकू भगभगीत दिवा घेऊन आत आली... पिवळा-धुरकट उजेड. मळकटून गेलेल्या वाकळा. पायशाला पडलेलं काळं उदास घोंगडं. उशाला तेलकटून मेणचट झालेली दगडागत उशी. त्या उशीवर बाळूच्या डोक्याची कवटी नि तिच्यात उजेडाला कट्टाळून मिटलेलं डोळं.

... वास किती मारतोय बाळूचा!... ह्येला आंघूळ घाटली पाहिजे. अंगावरच्या चमड्यावर कातीगत खवलं धरल्यात. इटूनढ्यान झालेलं असणार... हातरूणबी कवा धुतलंय कुणाला ठावं! चांगलं सोड्यात घालून शिजिवलं पाहिजे. गाडीभर मळ हाय... खोली बाळूला मांडीवर घेऊन अवघडलेली... भित्तीच्या नाड्या ठणकत असतील. वासं जडजड झाल्यात. अंगावर माऊ ने एवढा अंधार... खाजवायला सुदीक हात मोकळा न्हाई. सगळं घरच अवघडलेलं... त्येलाच आंघूळ घालाय पाहिजे...

... त्येनं एकदम हलवून आपलं डोसकं झाडलं. जागरणानं गरगरल्यागत हुईत हुतं. डोळं तांबिरलेल्या पत्र्यागत झालेलं.

"बाळू, उठतो मी."

ठणकत्या पायांनं बाहीर पडला. डोळं जास्तच चुरचुराय लागलेलं... आता गडद आंघूळ करून निजायचं... ऊनऊन पाणी अंगावर घेताना आपूआऽप डोळं

झाकतील. अंगावर टेपाणलेली मळसुदीक काढायला नको वाटंल. नुसता डुईवर तांब्या घ्यायचा नि डोळं झाकायचं. तांब्या घ्यायचा नि डोळं झाकायचं... मग सरळ खालीवर घोंगडं. मढ्यागत निजायचं. रातसारी नीज. सकाळी मग सगळं अंग हलकं हुईल. जीव फुलून येईल.

गंगू पोराला घेऊन पडली हुती. चूल थंडगार.

"पाणी चुलीवर ठेवलं न्हाईस व्हय ग?"

"न्हाई."

"का?"

"आता 'का?'– न्हाई ठेवलं."

"आगं, पर जातानं कंबीला सांगिटलं हुतं की."

"सांगिटलं हुतं की! रमलासा म्हंजे तिकडंच गोफणगुंड्यागत रमतासा... पाणी तापून उगंच थंड हुयाचं म्हणून ठेवलं न्हाई. निजा आता. सकाळनं ठेवीन म्हणं."

एकटाच जेवून ताटकळत निजला. हातरुणात अंग घालायला नगं वाटत हुतं... निदान तेलानं चोळून तरी घ्यावं. पर ही रांड आज वायद्यावरच आलीया.

रातभर गडद नीज लागलीच न्हाई.

सकाळी उठला. .....मळीचं अंग. कळकटपणा त्येच्यावर तसाच साठलेला. ....पारुशा अंगानंच हिकडं-तिकडं चकरा मारल्या. बाहीर जाऊन आला. राखुंडी लावली. थंड चांगलीच पडली हुती.... ऊनऊन पाणी घेण्यात मजा हुती.

"पाणी ठेवतीस काय ग आंघुळीला?"

"का? लई गडबड दिसतीया? पोराबाळांचं घर हाय हे! जरा च्यापाणी करती. पोटापाण्याचं करती नि मग पाणी ठेवती."

तसाच ताटकळत बसला... अंग कुठंतरी सोडून यावं असं वाटत हुतं. शिसं भरल्यागत जड झालेलं.

न्ह्यारीच्या वक्ताला जानू कदम अचानक आला.

"भाऊऽ."

"या की जानूभाऊजी." ती भाकरी तशीच घेऊन बाहीर आली.

"कुठं गेलाय भाऊ?"

"बसलं असतील कुठंतरी शेजारी... काय काम हुतं?"

"काम गडबडीचं हाय. भात कापून खळ्यावर ठेवल्यात. आभाळात वर ढग गोळा व्हायची चिन्हं दिसाय लागल्यात. भाऊ हाय का मोकळा? दोन दिसाचं काम हाय बघ. आजचा दीस नि उद्याचा दीस. दोन पायली भात घालीन... गडबड हाय; म्हणून आरतंपरतं काम आवरायला बघायचं."

...दोन पायली म्हंजे दिसाला पायली. निदान दोन दिसांचं पायलीभर तरी तांदूळ

पडतील. पोरांच्या तोंडात तेवढाच भाताचा मुटका. रेशनला कवा मिळतोय कवा न्हाई. तिच्या तोंडाला पाणी सुटलं.

"थांबा, बलवून अणती. बसा तवर."

जानू दारातच हुबा ऱ्हायला. तिनं चार घरं मधी टाकून सखारामाच्या घरातनं भाऊला बाहीर काढला.

"जावा बघू जानूभाऊजीसंगं झटक्यानं. दोन दिसांची मळणी हाय. तेवढंच दोन पायली भात मिळतील."

"हां!" म्हणून त्यो तसाच हुबा ऱ्हायला. मन जायला राजी न्हवतं.

"मग चल बघू. मला गडबड हाय. पावसापाण्याचं भात आदी बडवून काढलं पाहिजे."

"आलो चला की. जरा आंघूळ करून यावं म्हणतो."

"आंघूळ पेटू दे ती आता! नेमानं आंघूळ कराय का भटाबामणाचं हाईसा? – जावा." ती वैतागली.

"हे बघ भाऊ, येणार असलास तर आता चल. उगंच काचकूच गाणं नगं. न्हाईतर मी दुसरा माणूस बघतो."

"नगं नगं जानूभाऊजी. ह्ये येत्यात. जावा हो घोंगडं घेऊन. पोरीकडनं न्ह्यारी लावून देती. कामाचं दीस हाईत. कामं आदूगर पदरात पाडून घेशीला का आंघूळ? –न्हाई आंघूळ दोन दीस केली तर का माणूस मरतंय!"

त्यो तसाच हुबा.

"मग चल बघू." जानू.

कानमानतच त्येनं पायांत खेटरं सारली नि घोंगडं घेऊन जानूबरोबर बाहीर पडला.– कामाचं दीस हुतं हेबी खरंच. एवडं दोन-तीन म्हैनंच काम. सुगी-सराई, घाणं-गुऱ्हाळ, लावणी-उकटणी....

राती वस्तीला तिथंच ऱ्हावं लागलं... राखण डोळ्यांत तेल घालून करायची. हातातोंडाला आलेली पिकं....चोर टपलेलं... पापणीला पापणी सुदीक मिटू द्यायची रीत न्हाई. तशात दीसभर भात बडवून दंड तुटलेलं. भाताचा भूस नि कसपाटं उडून अंगभर आगआग हुतेली. चिकट आंबीगत अंग झालेलं.

दुपारी पोरगी जेवाण घेऊन आली. भांडी घेऊन परत जाताना तिला सांगितलं, "रातचं येतो गं मी."

"हां."

"तिला म्हणावं, रातच्याला आंघुळीला पाणी ठेव."

"बरं."

दिसभर कामाचा धोशा लावून जरा उशिरानंच भाताच्या गाडीबरोबर गावात

गेला. ...दोन दीस चांगला तंगलेला. भात आणून टाकायचं, पिंजार बाजूला वडायचं, बडवायचं. रास बाजूला सारायची. फाटकी पोती शिवून भरायची. पाठीवरनं गाडीत नेऊन टाकायची....

जानबा त्येच्या कामावर खूष होऊन गेला. ...आवंदा त्येच्या भाताला कुणी चोरानं हातबी लावला न्हाई.

"भाव्या, रातचं जेवायला ये. कोंबडी कापायची हाय."

"येतो की." त्येच्या तोंडाला घाळ्ळदिशी पाणी सुटलं. ...किती दिसांत तोंडाला कोंबडी शिवली न्हाई!

घरात दोन पायलीचं गठळं ठेवून तसाच जेवायला जानबाच्या घराकडं आला... आता कोंबडी मारायची नि परत येऊन आंघूळ करून रेड्यागत पडायचं; ते पार तास-दोन तास दिसाला उठायचं.

त्यो आलेला बघून जानबानं पाटीखालची कोंबडी काढली नि त्येच्या हातात दिली... कोंबडी अजून जित्तीच. पाणी मातूर उकळत ठेवलं हुतं. वाफा निघत हुत्या... भोगुणं भरून उकळलेलं भरपूर पाणी.

त्येनं कोंबडीची मुंडी कापून घटकाभरानं तिला पाण्यात बुडविली. उकळत्या पाण्यानं पख्खं मऊ झाली.... उनउनीत पातेलं भरून पाणी इन्नाकारण वाटंवर वतून टाकलं... निदान पायांवर तरी वतून घेतलं असतं.

कोंबडी शिजून जेवणं व्हायला राती अकरा वाजून गेलं.

सकाळी उठला तवा दीस दोन कासरं वर आला हुता. एक दीस जागरण नि दुसऱ्या दिशी झोपायला बारा वाजलेलं. ....बायकूच्या हाकंनं त्येला जाग आली.

'चार आणं असलं तर द्या हो."

"कशाला?"

"शेणी आणायच्या हाईत."

"इकत आणून शेणी जाळायला मोठी तालेवाराची लागून गेलीस व्हय? – तुझ्या आयला! घरात दीसभर फतकाल घालून बसायच्या बदली जरा वनावना माळरानं हिंडत जा की. शेणं खांडं गोळा करून आणत जा. कुटं नांगटं गावली तर बघत जा. का शेणी इकत आणतीस?"

"सतरा पोरं काढून ठेवलाईसा की! येळ हुतोय का ह्यातनं जायाला?"

"पोरं का मलाच न्हाईत. जळणाला म्हणून एक पैसा मिळणार न्हाई. वाटलंच तर चूल बंद कर नि पोरं जळणाला घेऊन जा."

वटावटा करत ती घरात गेली. राती आणलेलं भात तिनं मापटंभर गठळ्यात घेतलं नि बाहीर जाऊन पवारणीकडनं पंधरा-ईस शेणी घेऊन आली.

राती भात इकून शेणी आणल्याचं त्येला कळलं नि त्यात भांडणं झाली.. मग

तसाच निजला. त्या शेणींवर त्येला पाणी तापवून घ्यायची वासना न्हवती नि तिला 'अंगाला तेल चोळ' म्हणून सांगायलाबी नगं हुतं... आयला चार दीस झालं आंघूळ करीन करीन म्हणतोय; पर आंघूळ काय करायला मिळत न्हाई.... डोसकं दगडागत होऊन गेलंय. मानंचा काटा जरा बेचकीत धरून वडला असता तर तेवढंच ढिलं पडलं असतं... पायांच्या पोटऱ्या तर वरुट्यागत झाल्यात नि डुईवर तुळी ठेवलेल्या खांबागत अंग अवघडून गेलंय.

सकाळी उठून त्येनं मऊ आवाजात तिला हाक मारली,

"ऐकू आलं काय गं?"

"काय ते?"

'जरा आंघुळीला आज तरी पाणी ठेव."

"हिरीला जावा हिरीला. माप सगळ्या मुलखातनं पाणी झालंय बघा. ...हितं पोरांस्नी चारचार दीस आंघुळी मिळत न्हाईत; तुम्हांस्नी कुठलं आणू ऊनऊन पाणी? आणि चुलीत घालू काय; का माझं पाय?" तिनं कालचा वजावाटा भरून काढला.

दुपारी त्यो ताटलेल्या अंगानं दोन पोरांस्नी घेऊन नि आकडी खांड्यावर टाकून बाहीर पडला. ...बरोबर दोनतीन दोऱ्या.

"कुठं जायचं गा, बाबा?"

"जळणाला. ....आंब्याच्या वड्याला जाऊन आंब्यांवरची नांगटं काढून आणू या, चला."

"आंऽ! आम्ही न्हाई."

"चला की तुमच्या आयला! रातचं ऊनऊन पाण्यानं आंघुळी करायला मिळतील. थंडीचं दीस हाईत."

तिघांच्या डोसक्यांवर जळणाचं तीन भारं. सैपाकघराच्या खोपड्यात ते रचून ठेवलं. गावंदरीच्या हिरीला जाऊन मिळतील तेवढी गाडगीमडकी भरून पाणी ठेवलं... राती आता कायबी झालं तरी आंघूळ करायची.

ती सैपाकाला बसलेली.

"ऐकू आलं का?... रातचं आता तरी आंघुळीला पाणी ठेव. आठ दिसांची जळणाची बेजमी आणलीया." ....तिच्या मुठीत बसल्यागत त्यो बोलाय लागला... आवाज पार तेल घाटलेल्या वादीगत मऊलूस.

"भात उतरलाय आता. एवढ्या भाकरी बडवून घेती. भाजी परतली की आंघुळीला पाणी ठेवती." जळणाचा ढीग बघून तिचं मन पिकून ढ्यान झालं हुतं.

"पाणी ठेव; मग लगीच जेवून घेऊ या... आणि मग माझ्या अंगाला जरा तेल चोळ खसाखसा... अंग ताटून खेकड्यागत झालंय."

"हं. –तेलाची बाटली घ्या नि तेल घेऊन या जावा. घरात तेल न्हाई."

"येशेल तेल लाव."

"खोबरेल तेल न्हाई नि येशेल तेल लाव! लाडाला येऊ नका माझ्याम्होरं. जावा, दोन्हीबी तेलं घेऊन या जावा."

नाइलाजानं त्येला चंचीतली नोट काढावी लागली.

दोन्ही तेलं आणून दिल्यावर ती थंड झाली. बारकं पोरगंबी निजलं. पोरांच्या ताटल्यात भाकरी. आमटी, भाताचं बारकंबारकं ढेकळं घाटलं. भाऊबी त्येंच्याबरोबर जेवतेला.

अंधारातनं बाळूचा पोरगा भासदिशी आला.

"आत्ती, बाबा घोटाळल्यागत कराय लागलाय. तुला आईनं लगीच ये म्हटलंय."

तिनं चुलीवर भोगुणं ठेवलं नि ती तशीच हुब्याहुब्या गेली. "या हो लौकर."

"आलोच; चल." –आयला, हे आता सपणार वाटतं.. रात सारी जागावी लागणार. कवा आटपतंय कुणाला ठावं?

इचार करत त्यो चुलीवरच्या भोगुण्याकडं बघू लागला... पाणी तापत हुतं. त्येच्या डोसक्यात कायतरी चमकलं.

"कंबे, चूल इझीव गं. मी जाऊन येतो."

...एखाद्या वक्ती बाराबी वाजायचं. पाणी तापवून जळाण सपायचं. आटपला तर रातभर जागावं लागंल नि पाटचं आंघूळ करावी लागंल.. एखाद्या वक्ती जळाण असतंय नसतंय. हाय ते जळाण उगंच वाया जायला नगं.

त्यो उठला नि बाळूकडं गेला.

बाळूला कायबी न हुता सकाळ झाली.

पर दुपारी भाऊ चव्हाणाच्या गुऱ्हाळात हुता. ....मन एकच गोष्ट घोकत हुतं : आंघूळ कवा करायला मिळायची? का असाच मी ताटून ताटून काम काम करत मरणार? काय माझा ह्यो संसार! आंघूळ करायलाबी मला सवड मिळू ने!

...ह्या परमेसुराच्या कर्तुकीवर मुतलं कुतरं!...

बायकूच्या सांगण्यावरनं नि सुताराच्या हऱ्याच्या बोलावण्यावरनं त्येला गुऱ्हाळाला जावं लागलं हुतं... कामाचं दीस. तसल्यात गुऱ्हाळ. भरपूर पैसा, भरपूर गूळ, खाया-प्यायलाबी रगडून... तरी त्येनं कान टाकला हुता. पर हऱ्यानं दोन-तीन दिसाचा घाणा म्हणून त्येला नि त्येच्या बायकूला मंगळून न्हेलं हुतं....बायकू चिपाडं हलवायला नि ह्यो चिपाडं टाकायला. पोरं ऊस-शेंगा खाईत रानभर हिंडतेली.

रात कामाच्या रगाड्यात गेली. थंडी अंगाला फोडून काढता काढता तांबारलेल्या डोळ्यानं दीस उगवला... दुसऱ्या दिशी बायकू जेवणं घेऊन कामालाच आली न्हाई.

बारा वाजता कंबी डोसक्यावर जेवणाचं तिरडं न घेताच बांधाच्या वाटनं पळत

येत हुती ...त्येला वाटलं, पोरीचा पाय वड्यात घसरला नि जेवणाचं थाबडं वड्यात पालथं झालं.

'भाकरी ग?''

''भाकरी आईनं दिलं न्हाई. बाळूमामा गेला. तुला आत्ताच्या आता बलीवलंय.''

भाऊला आतनं कुठंतरी सुटल्यागत वाटलं.... किती दीस बाळू झिजत हुता... घरातल्या साऱ्याच माणसांस्नी कवा आटपंल असं होऊन गेलं हुतं. डाक्टरानंबी जगणार न्हाई म्हणून सांगितलेलं... आटपला ते बरं झालं. मोकळा तरी झाला दगदगीतनं...

बाळूच्या घरात योऽट चाललेला. दारात माणसांची दाटी भरून गच्च झालेली. घरात तर ती मावत नव्हती... सकाळी आठ-नऊच्या सुमाराला बाळू आटपलेला. सगळा कल्लोळ. त्यातनंच ह्यो आत घुसला नि सगळ्यांस्नी आवरू लागला.

बऱ्याच येळानं आवराआवरीसाठी बाहीर आला. बाहीर माणसं उद्योगाला लावली. तडकीची बांधाबांध सुरू झाली... भित्तीकडंला तीन दगडांवर भला मोठा हंडा ठेवलेला. खालनं जाळाची लाकडं तडतडून वाजतेली... तापून काळा पडत चाललेला हंडा. पाण्यातनं वाफा वर येतेल्या.... त्येनं हंड्याकडं नि पाण्याकडं डोळं भरून बघिटलं... उनउनीत पाणी. हंडा भरून कडक कडक... बाळूनं तीन म्हैनं झालं आंघूळ करून... कुबट वास. हातरूण मळलेलं. अंग कडकून खपल्या धरलेल्या...

त्यो एकदम वराडला, ''उठाऽ! बाहीर आणा आता आंघुळीला... तीनाचार तास झालं. माणसं अवघडून गेल्यात.''

मुसोंडी मारून आत शिरला... कल्लोळ पुन्ना वाढला... माणसं पालखीला लगटून सांडल्यागत बाहीर आली. त्येनं नि भीमानं त्या दाटणीतनं बाळूला उचलून आणलं.

अधनंमधनं त्येचा आवाज फुटू लागला; .....आटपा. पाट मांडा.... अंगावरची कापडं काढा त्येच्या. ...पाणी कडकच असू द्या. लई थंड घालू नका... आगं, बघता काय, तेलाची बाटली घेऊन या घरातली. अंगाला तेल रगडा. भरपूर रगडा. हयगय करू नका... निदान आता तरी अंग सलाम पडू द्या... चांगला चाऽर म्हैनं हातरुणासंगं चिकटून हुता. काय झालं असंल त्येचा अंगाचं! हात-पाय ताटून गेलं असतील नुसतं. बिचाऱ्याला आता तरी निदान सुखानं झोप लागू दे. चंदनागत पोराबाळांसाठी झिजला... वता पाणी.

बाळू कायमचं डोळं मिटून थंडपणानं आंघुळीचं सुख घेत हुता नि ह्येच्या डोळ्यांतनं ऊन पाणी घळाघळा सांडत हुतं.

हात

मालक साळ आणायला जाऊन आज चवथा दीस. काम न्हवतं म्हणून त्येचं अंग सुस्त हुईत चाललं हुतं. काल झालेल्या कुस्त्यांनी मन फाटून उदास झालेलं... कायबी करायला आलं न्हाई. कुस्त्या नुसत्या बघितल्या... आप्पूची बोटं म्हंजे चरकाच्या दात्या. मल्लाप्पाच्या हातांनी लोखंडाच्या सळ्या मोडल्या असत्या; तरी त्येला आप्पूच्या बोटांची गोफण-मिठी सुटली न्हाई.... दोन्ही हातांत माऊ ने असा एक एक दंड नि त्येच्यावर बेडक्या. ...त्येची नसलेल्या हातांची बोटं अंतराळात शिवशिवली. पळत जाऊन आप्पूला डोसक्यावर घ्यावं असं वाटलं.... पाठीवर थाप मारावी. पर मीठ इरघळल्यागत तिथंच बसला आणि फुडनं आप्पू शड्डू मारत, हानम बैलाच्या शिंगांगत हात वर करून मैदानातनं फिरला... निदान डोसकीची गांधी टोपी तरी त्येनं वर उडवायला पाहिजे हुती. पर त्येच्या मालकीचा तिथं योकबी हात न्हवता. पानझडीच्या फांद्यागत समद्या मैदानातनं हात वर आलं हुतं नि त्यो भिरभिरत्या डोळ्यांनी बघत बसला हुता.

गोठ्यातली माशी उठून त्येच्या उघड्या छातीवर बसली. मुंडी हलवून तिला वाढलेल्या दाढीनं उडीवलं. तरी पाठीवर जाऊन डसली... आता कशानं उडवायची? ....गापदिशी उठून भिताडाला पाठ घासली. माशी उडाली. भिताडबी गारगार वाटलं. पाठ भिताडाच्या पांढऱ्या मातीनं बावानं राख लावल्यागत झाली. तरी माशी बसलेल्या जाग्याला खाज उगंच रिवरिवत ऱ्हायली. मन आतल्या आत वळवळलं. खांद्यावरच्या टीचभर कुऱ्या कुपावरच्या दौडक्यागत लोंबकळल्या. पुन्ना भिताडाला पाठ घासली तरी समाधान झालं न्हाई. न्याट देऊन घासायला नेमका जागाच गवसला न्हाई... बोटांस्नी नेमका जागा गावत असतोय. खाजीच्या तेवढ्याच जाग्यावर नख रेटून खाजीवलं की जरासं बरं वाटतंय. ....मग लाल गांदी उठती. थुक्की लावून तिच्यावर पुसायची. मग जरासं गार पडतंय.

'काय झालं हो?'' मंजीचा चुलीफुडचा आवाज.

''हिच्या भणं; ह्या माशा तरास द्यायला लागल्यात.''

''मग तिथंच गोठ्याजवळ कशाला बसलाईसा? आत या; न्हाईतर बाहीर बसा जावा की.''

त्यो तिथनं उठून दारातल्या उजेडात जाऊन बसला. त्येला बघून वळचणीला

सावलीत पडलेलं कुतरं उठलं नि कान फडफडून म्होरनं निघून चाललं.

...."बस; बाबा बस. तुला न्हाई काय करत मी."

कुतरं कासराभर फुडं गेलं नि तिथंच मागच्या पायानं मान खाजवत पोरांकडनी बघत हुबं ऱ्हायलं... हातात बारकी दगडं घेऊन समोरनं चार-पाच पोरं येताना त्येला दिसली. आंघुळीला चालली हुती.

....आता तुळजाबागंच्या हिरीत पोरांची मेंढरागत दाटी झाली असणार. गारेगार पाणी.. उनाचं पाण्यात उतरलं की जीव फुलून येतोय.

"थंड पाण्यानं आंघूळ घालतीस काय ग जरा?"

"ऱ्हाऊ दे आता. मला सवड न्हाई." धुरात तोंड घालून मंजी कण्याच्या गाडग्यातनं डाव फिरवत हुती. त्यो फुडं बोलला न्हाई. तिनं आंघूळ घालून चार-पाच दीस झालं हुतं. अंग आंबून गेलेलं.... बोटं असती तर घामानं समदं अंग चिकाट चिकाट लागलं असतं.

उनं चढली नि पोटात भुका लागल्यागत झालं.... समोरच्या तेल्याच्या छपरातला बैल गपागपा वैरण खाईत हुता. अधनं-मधनं मान हलवत हुता. कान हलवता हलवता शेपूट अंगावरनं फिरवत हुता.

"भाकरी खाणार काय?" मंजीनं आतनं इचारलं.

"तुकडं मोड; आलो." पायाच्या नखाकडं बघत त्यो बोलला.

तिनं थाटलीत तुकडं मोडलं. ताकात कालवून थाटली राकेलच्या मोकळ्या डब्यावर ठेवली.

"या बघू."

आत आला. डब्यावरचं तुकडं बघितलं.

'चारत न्हाईस?"

"पोराला अजून पाजायचं हाय. रोज कसं करतासा? का आज घरात हाय म्हणून छळतासा?.... ताककण्या चारीन म्हणं. खावा तेवढं तुकडं आदूगर."

डब्याजवळ जाऊन बसला... कुतऱ्यागत वचावचा खायाचं. तिखाट असलं तर तिखाट, अळणी असलं तर अळणी. जीभ कापून ठेवल्यागत गिळायचं.

त्येनं तुकडं सपीवलं आणि मंजीनं पोराला चोखीवणं फुरं केलं. घसाघसा ताकात कण्या कालवून ती त्येला चारवू लागली... एवढा-एवढासा घास करून चमच्यानं तोंडात घालायची. तोंड भरल्यागत वाटायचंच न्हाई. आणि घास गिळतानं तर नरडं मोकळंच. पोट भरल्यागत वाटंचना. कोथमीर घालून केलेली आंबील पाण्यागत प्याला... भुरकायला, बोटं चाटायला आली असती तर बरं झालं असतं. लसणाची चटणी तोंडी लावायला... जाऊ दे.

तिनं त्येच्या तोंडाला तांब्या लावला. घटाघटा पाणी प्याला. मंजीनं तोंडावरनं

कसा-बसा हात फिरीवला... तोंडाचं खरकाटं गेल्यागत वाटलंच न्हाई.

"पोराला जरा खेळवा आता. गंगी रोजगाराचं पैसं देती का बघून येती."

'बघ की." तुळीगत त्यो तसाच उठून पोराजवळ जाऊन बसला... पोराला हात हुतं. हाताची बोटं, नखं, अंगठ्याचा माट, समदं ह्येच्या कवळ्या हातागत हुतं, वाकून मटामटा हाताचं मुकं घेटलं. अखिरीला खाऊन टाकावं असं त्येला वाटलं... पाठीच्या लवीवर हात फिरवून गुदगुल्या कराव्या. लवीवरनं आबदार हात फिरीवला की तळव्याला किती गॉऽऽडवाणी गुदगुल्या हुत्यात.

त्येला आठवण झाली नि गंमत वाटली... मंजीच्या हातावरची अशीच लव.... लगीन झाल्यावर दोन-तीन म्हयनं पोटभरून भोगली... मंजी गाजराच्या बुडक्यासारखी लालगोंडा. सात पिढ्यांत असं बाईमाणूस घरात आलं न्हवतं. पोटाला पडलेल्या घड्या पहिल्यांदा बघिटल्या नि शिर कापून न्हेल्यागत काळीज उलटं-पालटं झालं... लोण्यानं इस्त्याला मिठी मारली हुती... ती पाघळून तूप व्हायची नि ह्यो घटाघटा तिला प्यायचा. नुसत्या व्हटांनी सपूने असली... दोन हात फुरं हुईनात. अंगभर हात उगवावंत. हातास्नी धा-धा बोटं फुटावीत. मग मंजीच्या सबंध अंगावर हातांचं जाळं घालावं नि अंगासकट घट्ट घट्ट डसवून घ्यावी.

असली बायकू मिळाली म्हणून आड्यावर चढून बसला. लगीन झाल्यावर दोन म्हयनं तालीमबी बंद केली. नुसती थंडाई करून प्यायचा नि ढाण्या वाघागत सावलीला सुस्त पडायचा.

..."दळून आणता का एवढं?"

"आणतो की."....जांभळाचं घस झेलल्यागत बायकूचं बोलणं झेलायचा.

घमेलं घेऊन तसाच धोतार खवत लिंगनुऱ्याच्या घिरणीत गेला नि तिथं भोग भरून आला. घमेलं फळीवर ठेवलं नि इंजनाच्या सामानाच्या पेटीवर जाऊन बिडी वडत बसला. लिंगनुऱ्याचा चंद्या पट्ट्याच्या पलीकडं नि ह्यो अलीकडं. वाकून बिडी द्यायला गेला नि खालचं धोतार पट्ट्यात अडीकलं. इंजनाच्या चाकानं सरळ आत वडलं. ...दानादाऽन... धोतर काढायला गेलेला एक हात दळाप घाटलेल्या जुंधळ्याच्या डब्यात नि दुसरा इंजनाच्या चाकाखाली मान तोडलेल्या कोंबड्यागत धडपडतेला... माणसांची ही मिठी. कोल्हापूरच्या दवाखान्याला पाटलाच्या मोटारीत घालून पळीवला.

औशिदाची गुंगी. डोळं मिटलं तरीबी त्यातनं उनउनीत पाणी सांडलं... उजवा हात वर उचलाय गेला; वर उचललाच न्हाई. नुसती टीचभर कुन्नी मेंढीच्या शेपटीगत हलली. डाव्या हाताचंबी तसंच झालं. मग दोन्ही हातांच्या कुन्न्या पाण्यावर काढलेल्या माशागत काखंभवतीनं तळमळल्या नि काखंत खच्चून कळ आली.

"आई गंऽऽ!.... काखंजवळ मुंग्या चावल्यागत व्हाय लागलंय."

"ब्यांडीज बांधलंय, बरं हुईल आता." मंजी.

....डोळ्यांतलं ऊन पाणी कानाच्या पाळीवर पुन्ना घळघळाय लागलं... आता हे पुसायचं कुणी?... आता हात कुठलं?

राती सडकून ताप आला. गुंगीत मनानंच हात चापचलं. तिथं कायबी न्हवतं.... आज ना उद्या हात येतील. हात न्हाईत असं कुठं झालंय का?... केळीच्या अंगातनं हात-हातभर कोकं उसवून येत्यात. खांद्याच्या जाग्याला तसंच हात फुटतील... कवळं कवळं हात. अंग जून-जरबाट. हातच तेवढं बारक्या पोराच्या हातागत तांबूस कवळं.

म्हैन्याभरात उठून चालाय लागला. पैला हुता त्येच्या निम्म्यानंबी उरला न्हाई. हात पाठीमागं बांधून घाटल्यागत धडपडत उठून बसायचा. चालतानं तोल गेला की एकाएकी हातांच्या कुन्या हलायच्या... अंतराळात कायबी असायचं न्हाई. सरळ झाल्या की भिताडात मारलेल्या खुंट्यागत दिसायच्या... भराभरा चालतानं नुसतंच मनातल्या मनात हात हलायचं.

बरा झाला नि बिनहाताचाच घराकडं आला. मंजी कामाला जाऊ लागली. ह्येचा जीव खालीवर होऊ लागला.... गावातली माणसं चांगली न्हाईत. फसगफलतीनं तिला कुणी हात घाटला तर?... दंडात न्याट हुतं तंवर संसार. तवर कुस्ती. आता कुठली कुस्ती? .....आता कुठला नारोळ फुटल्यागत शड्डू?....आता कुठलं...? ...छुळ्ळुक-छुळ्ळुक, छुळ्ळुक छुळ्ळुक! ...भवतीनं लेजमा! नुसत्या लेजमांचं हात. वर हुणारं, जाणारं, फिरणारं... हातहात...तालमीतली पोरं... तुटून गेलेल्या लेजमांच्या चकत्या....

दीस सपता संपना झालं. नुसतं घुतीगत बसून ऱ्हायाचं. बायकूच्या हातचं खायाचं. कट्टाळून कट्टाळून दीस बुडायची वाट बघायची. दीस सुकून जातील तसं हात फुटावंत असं लईलईच वाटाय लागलं. तालमीच्या कट्टय़ावर जाऊन बसू लागला. पोरं झनपनीनं खेळातनं त्येला वाटायचं, आता दोन मिंटात आपल्यालाबी हात फुटतील... शिंगं मोडलेल्या बैलालाबी असंच वाटतंय. एक दीस तर दत्ताचं सपान पडलं नि सपनात सा हात फुटलं. अंगाभवतीनं वळावळा वळवळलं... दोन हात कुस्ती खेळणारं, दोन हात मंजीला उरासंगं कुरवाळणारं, आणि दोन हात नुसतं नाचणारं.. जागा होऊन बघतोय तर दत्त-म्हाराज समोरच्या भित्तीवर फोटवात जाऊन हुबा ऱ्हायलेला आणि ह्यो फांद्या तासलेल्या झाडागत लांब-सडक सोप्यात आडवा पडलेला.

हळूहळू मंजी काय पाहिजे ते बोलाय लागली. दीसभर राबून यायची. घरात आल्यावर घुम्म्यागतच काम करायची. कवाकवा डब्याच्या खालीच भात कालवून ठेवलेला असायचा. एक दीस तर भाकरी तशीच ठेवून गेली. मग वाटक्यातलं कोरड्यास तसंच चाटून खाल्लं नि भाकरी उंदरागत कुरतडून सपीवली. परातीत

वतून ठेवलेलं पाणी वड्यावरच्या वांडरागत वाकून प्याला.

कामासनं आल्यावरबी मंजी सरळ बोलंना... ह्येचं अंग शिवशिवून खांद्याजवळ आग उठाय लागली. धा हात फुटावंत असं वाटाय लागलं, पर उपयोग न्हवता... खाऊ का गिळू असं झालं म्हणून धाऽडदिशी तिच्या अंगावर जाऊन पडला. तिनंबी वांग्यातल्या कनकावळ्यागत ढकलून दिला. भिताडाचा आधार घेटला. ...पुन्ना जाऊन अंगावर पडायचा इचार हुता... नाक खच्चून चावणार हुता... पर एकदम पाय उचलला नि तिच्या पेकटात लाथ बसली. अंगाची चिपळी झिनझिनली. कण नि कण झिनऽऽ करून उठला. आणखी दोन लाथा घातल्या नि मंजी 'मेली गऽऽ बाई' म्हणून वरडाय लागल्यावर झाडागत तसाच गप हुबा ऱ्हायला... "तुझ्या आयला तुझ्या; मला ढकलून देतीस?"

...दोन पायांस्नी आणखी दोन पाय फुटलं... हातच पायांतनी गेल्यागत झालं... दंडाच्या दीडपट एक एक पिंढरी.... आता या पिंढरीच्या फुडं ती रांड कुठं जाणार हाय? ...हातापरास लाथंचा दणका चांगलाच बसतोय.

हुंबऱ्यावर जाऊन पायांकडनी बघऽत बसला. वरच्या बाजूला त्यांस्नी पायताणाचं घट्टं पडलं हुतं. पायांचं तळ हाताच्या तळापरास राठ-चरबाट दिसत हुतं. टाचांची तर मसाला भराय चिरलेली वांगी झालेली... एक एक चीर बोटाच्या पेराएवढी खोल. काय पाहिजे ती घाण पायांस्नी लागलेली... गल्लीतनं यायचा नि तसंच हात-पाय घेऊन घरात जायचा. आजपतोर स्वत:चं नसल्यागतच त्येनं पायांस्नी वागीवलं... धुणार कशानं?

अचानक उठला नि न्हाणीत जाऊन भरलेल्या बारडीत दोन्ही पाय बुडीवलं. वल्लं पाय न्हाणीच्या कट्ट्याच्या कोपऱ्याला घासून तळवं लक्ख केलं. मग टाचा न्हाणीच्या दगडावर घासल्या नि हाताच्या तळव्यागत गुळगुळीत हुत्यात काय बघिटलं.

हळूहळू ढवणाची वळख झाली नि फवं कांडायचं काम मिळालं. ढवणालाबी बरं झालं. आणि ह्येचं पायबी दणकट. घसाघस पायानं फळ्यांचं दांडकं रेटायचा आणि सवाई फवं कांडून द्यायचा.

रेटा देऊन देऊन पाय जास्तच दणकट होऊ लागलं. ...मंजीबी हरखून गेली. दोघांचा रोजगार येऊ लागला. ती गोड गोड करून घालू लागली. घसाघसा अंग धुऊन; तळव्यांस्नी, मांड्यास्नी तेलं लावून माया करू लागली.

मंजीचं पोट जरा जरा उबार दिसू लागलं. पिकणाऱ्या आंब्यागत पिवळटपणावर रंग बदलू लागला... पैलं कशी पाडाच्या आंब्यागत कडक. आता न्यारीच मवाटी येऊ लागली. पिसं फुगीवलेल्या पारवाळागत ऊर दिसू लागला.... त्येच्यावरनं हात फिरवावा; मानंवरनं, वर आलेल्या गालावरनं बोटं फिरीवली असती तर अंगावर काट्यांचं रान कोंबारलं असतं. ... भरदार मांड्यांवरनं तळव्यांचं ससं तुरूतुरू पळालं

असतं. ....बुंदीचा पिवळाधम्मक लाडू समोर हुता. भुकेवलेलं तोंड हुतं; पर सांडलेल्या कळ्या येचायला हातच न्हवतं. ....डोळंच तेवडं तिच्या अंगावर सांडायचं.

"मंजे, कितवा म्हयना गं?"

"साव्वा."

"रोजगाराला जायाचं बंद कर आता."

"आणि पोटाला काय खायाचं?"

"मी रात-पाळीनं जादा काम करीन."

...मंजी मग गावातलीच कामं करू लागली. दोन-तीन घरांची नुसती झाडलोट आणि भांडी... दीस पावसाळी हिरीगत हळूहळू भरत चाललं.

आणि पोरगा झाला.... ह्येच्या तोंडातनं पडल्यागत. पोराला बघताना दर्पणात बघिटल्यागत व्हावं.

त्येला काय वाटलं कुणाला दखल? त्येनं उठून न्हाणीत जाऊन बारडीत पाय बुडीवलं. एकमेकांवर घासून धुतलं. निर्मळ करून बाहीर आला. खुट्टीवरचा धडपा दातानं धरून काढला नि पायांत टाकून पाय पुसलं. पोराजवळ गेला. पोरगं सोप्यात निजलेलं. पायानं हळूच अंगावरचं कांबरूण काढलं. आत पोरगं उघडंच. ....जिभंनं चाटून गालाचं मुकं घेटलं. त्येच्या बगलंत आपलं मुस्काड घालून त्येला हळूच पालथा केला. पोरगं वळवळलं. एका पायावर ह्येनं तोल धरला नि हुबा ऱ्हायला. उचललेला पाय पोराच्या पाठीच्या लवीवरनं वर-खाली हळूहळू फिरीवला... लव पायांस्नी लागल्यागत वाटंचना.

"आगं बाई गंऽ!"

"काय गं?" मंजीचा आवाज ऐकून एकदम बाजूला सरकला.

"पोराला तुडीवतासा व्हय?...काय म्हणू तरी?"

"न्हाई गं. मुका घ्यायला गेलो नि एकदम पालथं झालं. ...सवंचं करून कांबरूण घालणार हुतो."...त्येचा चेहरा येडबडल्यागत दिसला.

"आणि चुकून तोल-बील गेला असता तर आतडी बाहीर आली असती की... मी येऊस्तवर धीर न्हवता वाटतं?"

कायच बोलला न्हाई... काखंजवळच्या कुन्न्या मुक्या माणसागत वळवळून हलल्या. त्यांस्नी खाज उठली. उगंच जाऊन दारात बसला नि मंजी आत तुकडा खाऊ लागली.

माशा जास्त तरास द्यायला लागल्या म्हणून पुन्ना आत आला नि तिनं हातरलेल्या घोंगड्यावर पडला. कण्या-ताकाची गुंगी येत हुती... अर्धी नीज, अर्धी जाग.

तुकडा खाऊन मंजी पाण्याला घागरी घेऊन गेली... जाता जाता तिनं पोराकडं ध्यान द्यायला सांगितलं... ह्यो गुंगीतच. दोन शबाद कानावर नि दोन वाऱ्यावर

उडालं... नवीन आलेली मंजी. दोन दांडग्या घागरी. अशीच पाणी आणायला गेलेली. आडवं जावं; पाण्याची घागर तरी घेऊन यावी. हात अवघडंल तिचा. तालमीत जायाचा हाय. काल जोर-बैठका काढल्याच न्हाईत. तिच्या नादात घरातच ऱ्हायलो. आज पाचशे जोर नि पाचशे बैठका... मार की टांग. नुसताच काय हुबा ऱ्हायलाईस? चल; उचऽल.

दुपार टळून उनं उतरतीला लागली नि नीज सरली. आळस आला नि हातांच्या कुन्न्या खुट्ट्यागत ताठ झाल्या. जांभ्यावर जांभ्या आल्या. तरी आळस जाईना. आपल्या पातेल्यात तोंड घालून पाणी प्याला नि चूळ भरली.

"वाईच शेताकडं जाऊन येतो गं."

"या जावा"

वखारवाल्यांस्नी शेतातल्या बाभळींची दोन झाडं इकली हुती. त्येचं काम कुठंपतोर आलं ते सजावारी बघावं, असा इचार मनात आला.

...बाभळीचं एक झाड पुरं तोडून पडलं हुतं. हातहातभर खोंबारं राखून दुसऱ्या झाडाच्या ढाप्या मारल्या हुत्या. त्येचा पुरुष-दीड-पुरुष उच्चीचा बुडका तसाच हुबा. त्या बुडक्याच्या फुडंच पडलेल्या ढाप्याचं तुकडं कामाची माणसं करवतीनं घालत हुती... बाभळीच्या हुब्या बुडक्याला काय कळ येत न्हवती. कामावाल्यांसंगट दोन गोष्टी केल्या नि सरळ पलीकडल्या मगदुमाच्या हिरीवर गेला.

हिरीच्या भवतीनं बाभळा, आंबं, चिच्चा दाटी-वाटीनं भरल्या हुत्या. ....त्यांस्नी त्येंच्या जाग्यासनं हलायला येत न्हवतं. गच्च पाय रवून तीबी जसं देवानं ठेवलं हुतं तसंच हुबी ऱ्हायलेली... वारं त्येंच्यातनं रिवरिवायचं. खांद्यावर पाखरं वळवळायची. अंगावर हगायची.... झाडांच्या जून-जरबाट अंगांस्नी खाज उठायची. पर अंग घासाय जवळ भिताडबी नव्हतं आणि दुसरं झाडबी येऊन अंगावरनं हात फिरवायचं न्हाई. कवा वर्सातनं चार-दोनदा अंगावर पावसाचं पाणी सांडायचं; तेबी पावसाची मर्जी झाली तर... तरी झाडांस्नी पायानं पाणी प्यायला येतंय. त्यांस्नी वांडरागत वाकावं लागत न्हाई. त्येंचं त्येंनी जगत्यात. त्यांस्नी कुणाचं उपकार नको असत्यात. ...त्येंचं बरं हाय. तोडल्या तरी त्यांस्नी पुन्ना फांद्या कोंबारत्यात.

हिरीवरनं सरळ घराकडं चालला. हिरीतला काळोख सबंध रानभर पसरत चाललेला. आपल्या शेताच्या बांधावर आल्यावर त्येला एकदम आठवण झाली. ....आडव्या बांधाच्या सौंदडीजवळची डिगुरी उकरावी असं वाटलं... तिथं हात पुरलं हुतं. हात न्हाईत तर मग डिगुरी कशी उकरायची?.... आता हातांस्नी वाळवी लागत असंल नि हाडांची हळूहळू मातीबी हुईत चालली असणार.

पोट

घाणा कुर्रर्र कुर्र, कुर्रर्र कुर्र वाजत फिरत होता. झापड घातलेला बैल डोळं मिटून पायाखालची वाट तुडवत होता. त्याला वाटत होतं... पेंडीचा तेलकट गुळचट वास येतोय. त्या वासावरच चालायचं. पेंड न्हाई मिळाली तरी चालेल. पर पेंडीचा वास तरी असू दे. पेंड मिळाल्यागत वाटू दे. मालकानं पेंड दिली तर त्येचं उपकार. न दिली तरी गप. गप चालायचं. सकाळपासनं चालतोय. वझं वडतोय. बराच लांब आलो असेन. पण डोळ्यावरची झापड काढल्यावर त्याला कळेल की, आपण अजून तिथंच आहे. जन्मभर चालून त्याला अजून हे कोडं उलगडलं नव्हतं. झापड काढून तो कधी चाललाच नव्हता... त्यानं फक्त घाणा ओढायचा. घामाबरोबर तेल गाळायचं नि मोकळं व्हायचं.

पाठीमाग दत्तू घाण्याच्या वजनासाठी ठेवलेल्या दगडावर बसलेला... लकवा भरून डावा हात कायमचा कामातनं गेलेला नि मांडीवर पडून राहिलेला. चालताना तो डाव्या मांडीवर जांघेपाशी सारखा आपटायचा. माकडानं मांडी खाजवल्यागत चमत्कारिक दिसायचं. उजव्या हातात चाबूक. त्या चाबकानं अधनं-मधनं बैलाला चटका द्यायचा नि दबवायचं... कंपन्यांची तेलं आली तरी देशी घाण्याचं येशेल तेल खायची गावाची चटक अजूनही कुठं कुठं रेंगाळत होती.

बैल घाण्याभोवती फिरतो. त्याच्या मागोमागच घाण्याचा सांगाडा नि त्यावर बसलेला दत्तू फिरतो. घाण्याच्या वर-खाली होणाऱ्या सांगाड्यासकट तोही वरखाली होतो...बैलाबरोबरच त्याचं नशीबही त्या घाण्याला बांधलेलं. बैल दबवायचा, त्याची पडलेली शेणाची पवटी बाजूला टाकायची. शेंग वर-खाली करून घ्यायची. तिच्यात अधनं-मधनं पाणी ओतायचं, तेल गाळायचं हे त्याचं काम. सगळं एका हातानं चाललेलं.

घाणा सुटला की बैलाला वैरण-पाणी करून बसाप्पा तेल्याची बायको जी काय भाकरी देईल ती खायची नि बैलाच्या छपरात जाऊन पडायचं...छप्पर परड्याकडंच्या बाजूला. बैलाच्या वैरणीची व्हळीही तिथंच. तेलीण त्या परड्यात धुणं धुवायची. शेणी लावायची. न्हाणीचं सगळं पाणी परड्यातल्या शेंडात जात होतं. डास, चिलटं, घुंगुरट्या यांचं रान तिथं पिकत होतं. संरक्षणासाठी परड्यात तिन्ही बाजूंनी शेंड होता. पलीकडं माणसं परसाकडला बसायची. तिकडनं वाऱ्याची झुळूक आली

की सगळं परडं दरवळायचं...दत्तू नाकावर कुडत्याचा शेवट घेऊन उन्हाचं गप पडायचा. बसणारी घुंगुरटी, चिलटं, अंगाबरोबर उजव्या हातानं चिरडून मारायचा. एक एक वेळा वैताग येई, पण करणार काय?

रातभर नीज कसली ती नव्हती. थंडीचं दीस. त्यात त्या छपराच्या कुडाला सतरा जागी भसकं. बसाप्पाला दत्तूनं सतरांदा सांगितलं होतं,

"बसाप्पा, कूड लावून घे की तेवढा छपराला."

"घेऊ घेऊ. जाऊ देत चार दीस." मालक.

"आता कितींदी झालं सांगिटलंय की."

"सांगिटलं म्हणून काय झालं? सवड नको?"

"आता कवा सवड व्हायची? जीव चाललाय माझा थंडीनं." दत्तूचा वैताग.

"मग तुझा तू घालून घे."

"माझा मी कूड घाटला असता तर मग कशाला?"

"मग गप पड तर चार दीस. सवड झाल्यावर मी घालून देईन. धंद्याचं बघू का तुझी उस्तवारी करू."

तो गप्पच बसला होता. सगळी धन-संपदा गेली होती, पण बोलण्यातला हिरवटपणा कमी झाला नव्हता. बसाप्पाही सगळं समजून वागत होता. नाही म्हटलं तरी त्यालाही रस्त्यात मिळालेला गडी.

सरळ उठून त्यानं बैल जुंपला होता. डोळे तारवटून गेलेले. नीज नव्हती म्हणून डोसकं गरगरतेलं. तशात आज चहाबरोबर शिळी भाकरी मिळालीच नाही. पोट रिकामंच. नुसत्या चहानं आत ढवळाय लागलं; म्हणून त्यानं घाण्यावर बसून बचकभर शेंगा खाल्ल्या. तेलकट शेंगा खाऊन जास्तच मळमळू लागलं होतं.

बाहेर जाता जाता, फिरणाऱ्या बैलाकडं बसाप्पाची नजर गेली. तो थांबला. "सावकर, गोचीड काढलं न्हाईस व्हय रं बैलाच्या पोळीवरचं?"

"कालच काढलं की."

"आणि ह्यो काय चांगला गजग्यागत गोचीड दिसतोय."

दत्तूनं बैलाच्या पोळीकडं बघितलं. एक गोल गरगरीत गोचीड पोळीच्या खालच्या बाजूला जीव धरून चिकटून राहिला होता.

"घाणा सुटल्यावर चिरडून टाकतो परड्यात. चुकून ऱ्हायलेला दिसतोय," दत्तू आतल्या आत वैतागला होता. बसाप्पा बाहेर गेल्यावर त्याला वाटलं, हा गोचीड तसाच ठेवून द्यावा...बसाप्पाच्या आणि त्याच्या बायकोच्या गळ्याला जन्मभर लावावा. पाक रगत पिऊन खुशाल जगत ऱ्हाईल. आयला! माझ्या पोटापाण्याचं कुणी बघतच न्हाई. जे ते आपआपल्याच पोटामागं पळतंय.

बारा वाजाय आले होते. बैल घाणा ओढून ओढून भेंडाळला होता नि भुकेनं

याचा जीव पेकाळला होता.

"शेंग गाळली का, सावकर?" कोण तरी दारातनं बोललं. दत्तूनं बघितलं, "न्हाई अजून, सांजचं ये."

"रातच्याला सांगिटलंस सकाळनं ये म्हणून आणि आता म्हणतोस सांजच्याला ये. म्हंजे कसं पडलं हे? मला का कामं हाईत का न्हाईत? का तुझ्या बैलागत नुसत्या फेऱ्याच मारत बसू?"

"एखाद्या वक्ती नको का मारायला?"

"मी का रिकामचोट हाय तुझ्यासारखा? मळ्यात काम ढिगानं भरल्यात."

"मग कर जा मळ्यातली कामं. हुईल तवा देईन मी."

"तुझा मालक कुठं हाय?"

"कुठं गेला ठावं न्हाई. त्यो नि काय सांगणार हाय तुला?"

"ते माझं मी बघतो. तुला काय करायचं? मालक घाणा कवा काढून देतोय ते तरी बघतो."

"घाणा काढणार मी. त्यो काय करणार हाय? का माझ्यापेक्षा शाणा पडला त्यो?"

बसाप्पा बाहेरनं यायला एकच गाठ पडली.

"ए ऽ बसाप्पा, ह्या घराचा मालक तू का ह्यो सावकर?" त्यानं एकदम तिढ्यानं बोलायला सुरुवात केली.

"का गा? काय झालं?" बसाप्पा शांतपणानं म्हणाला.

"असली भिकारचोट माणसं ठेवतोस कशाला? जलमभर खाऊन माजलेली ही माजुरी जात...ह्यांस्नी असंच भयाभया करत हिंडू द्यायचं. अन्नाला इनाकारण लावलंस तू."

"आगा, पर काय झालं?"

"काय हुयाचं? तुझं शाणपण काढाय उठलेला तुझा चाकर. त्यो माझं काय चालू देणार हाय?"

"काय झालं, रं सावकर?" बसाप्पानं दत्तूला विचारलं.

"घाणा काढला न्हाई म्हणून आरडाय लागलाय."

"अजून काढला न्हाईस तू त्येचा घाणा? सकाळी पैल्यांदा घे म्हणून सांगितलं हुतं की तुला?"

"न्हाई घेटला."

"का घेटला न्हाईस?" बसाप्पा वायद्यावर आला.

"न्हाई घेटला म्हणतोय तर."

"आर, पर का? सांगणारा मालक तू का मी?"

"सुंदरा माळणीची घाई हुती; म्हणून तिच्या शेंगा पैल्यांदा वतल्या."

शेतकरी चिडला, "सुंदरा माळणीचा घाणा काढाय तिच्या घराकडंच जायचं न्हाईस का?"

"ए ऽ चव्हाण, उगंच वटवट करू नको. तोंड सांभाळून बोल."

"सुक्काळीच्या! खाऊन माजलाईस तू आयतं. माझं काम वक्तसरी केलं असतंस तर तुझा बा का सर्गाला गेला असता? खुळांबा झाला की न्हाई माझा?"

दोघांची भांडणं जुंपली. बसाप्पा मधी पडला नि त्यानं ती सोडवली. शेतकरी रागारागानं आपल्या शेंगांचं ओझं घेऊन गेला. बसाप्पाचं तोंड चिमणीएवढं झालं...नेहमीचं गिऱ्हाईक चिडून गेलं. हळूहळू तेल्यांचा बैलघाणीचा धंदा बुडत चाललेला. त्यात पुन्हा हे असं. त्याला दत्तूची चिरड आली.

"दत्त्या, तुला सरळपणानं कामं करायची असतील तर ऱ्हा. न्हाईतर तुझं तू घोंगडं-पटकार घेऊन कुठं पोट भरून खातोस तिकडं खा जा. कोण घालतंय बघू तरी तुझ्या पोटाला?"

"कोण का आयतं घालत न्हाई माझ्या पोटाला. हुईल तेवढं करतोय नि पोटाला खातोय. कोण का माझ्यावर उपकार करत न्हाई, बसाप्पा... ह्यो तुझा चाबूक नि ह्यो घाणा. तुझं तू बघ. माझं मी बघतो, माझं पोट भरतं का न्हाई?"

घाण्यावरनं उठला, लकवा भरलेला डावा हात मांडीवर आपटत परड्यात जाऊन घोंगडं नि कापडं घेऊन आला... सकाळपासनं त्याचंही डोसकं भिरमटलं होतं. नुसता चहाच मिळालेला. पोटात दुसरं काहीच नाही. बारा वाजून गेलेले. न्याहारी करायला कुणी बोलवेना. तशात ह्या शेतकऱ्याचं तोंड, 'दत्त्या' म्हटल्यावर तर आगीत तेल पडल्यागत झालं. तो तसाच बाहेर पडला.

कुठं जायचं काहीच नक्की नाही. त्याची पावलं तेली गल्लीतनं वरच्या बाजूला चालली. बसाप्पाचं घर बसकं होतं. तिथनं जवळच दोन-चार कासऱ्यावर एक दोनमजली घर होतं. काळ्या घडीव दगडांनी बांधलेलं. चारी बाजूला चौकोनी गजांच्या खिडक्या. फळीची दोन-दोन दारं. दारात बसायला केलेला घडीव दगडांचा कट्टा. सोप्यात सोपं चार-पाच होतं आणि वरती तीन खोल्या. एवढं प्रचंड घर. सगळ्या गल्लीत उठून दिसणारं.

आता तिथं रामा होगाडी राहत होता. खालच्या सबंध घरात लुगड्याचे पॉवर माग टाकले होते नि वरती होगाडी बायका-पोरांना घेऊन राहतेला.

दत्तू त्या घरापाशी आला. नकळत त्याची नजर एकेकाळी आपल्या असलेल्या त्या घराकडं वळली. दारं उघडीच. आतनं खताड-खतड, खताड-खतड असा आवाज येतेला. घराच्या डोसक्यातला कायमचा ठणका बाहेर येत असल्यासारखं त्याला वाटलं... आत जायला कुणीतरी मनातच बंदी केलेली. खिडक्या दारं तशीच

उघडी ठेवून त्याच्याकडं एकटक बघत होत्या. सगळीकडनं ठणका ऐकू येतेला... काय झालं माझ्या जलमाचं? कोण कुतरं सुदीक माझ्याकडं बघत न्हाई. जेवलास का उपाशी हाईस म्हणून इचारत न्हाई. धा बाजूंनी धाजणं गेली.एकबी जवळ ऱ्हायलं न्हाई. जिच्यासाठी जीव ववाळला ती रांड खाऊन-पिऊन गांडीला हात पुसून दुसरं सोयरं हुडकत गेली... मी असाच. कवा मरण येतंय कुणाला दखल?

ऊन चटकं देत होतं. गल्ली सगळं पोटात घेऊन गप बसली होती. कुणी बाहेर पडत नव्हतं... मांडीवर हात आपटत दत्तू तसाच पुढं सरकला...काखंतली कापडं ठेवायची कुठं? त्याला कुठंच जागा दिसेना. कुठल्या घरातनं कुणी बाहेर येऊन त्याची चौकशी करीना. कमरेला थोडे पैसे होते. ते त्यानं चाचपले नि सरळ देवळाजवळच्या हॉटेलाकडं चालला.

... हॉटेलात जाऊन पाव नि आमटी भकाभका खाल्ली. मेणचट पिवळ्या रंगाचा बुंदीचा लाडू, एक पेढा त्यानं त्यावर खाल्ला. वर त्या उन्हात चहा प्याला. पुन्हा वर पाणी प्याला. पोट भरल्यागत झालं. ढार्ररदिशी ढेकर देऊन तो उरलेले पैसे कडोसरीला खोवत उठला.

"काय सावकर, गठळं कसलं?" हॉटेलवाल्यानं विचारलं.

"कापडं हाईत. बसाप्प्याच्यातनं बाहेर पडलोय. बघतो आता कुठं काय काम मिळतं ते."

"तुम्हांला काय कुठंबी मिळंल. कोणबी देईल."

"तुमच्याकडं हाय?"

हॉटेलवाला हसला, "आमच्याकडं हो कुठलं? सावकर माणसं तुम्ही. कोणतरी तुमच्यासारखंच माणूस तुम्हांला काम देणार."

त्यानं गटारीवरनं पलीकडं ढेंग टाकली. पुढं गल्ली होती, म्हणून चालला...चालतच राहिला नि गाव संपलं. पुढं चिंचवाडची वाट लागली. पण त्या वाटेवर त्याचे पाय जायला धजेनात. डाव्या बाजूच्या रानात एकमेकाला लागून आंब्याची चार झाडं होती. त्यांच्या सावलीत दादू कुंभाराची दोन गाढवं पेंगत निवांत उभी होती. गठळं सावरत तो तिकडं गेला.

गठळं सोडलं नि घोंगडं आथरून त्यावर बसला. सावली गारेगार. तिच्यातनं हलू नये अशी. भोवतीनं बेफाम उनानं वेढा दिलेला. गारेगार दिसणाऱ्या सावलीला ते आग लावायला येतंय की काय असं वाटतेलं... ऊन बघता बघता लवंडला नि ढेकर देत त्यानं डोळं मिटलं.

दीस उतरणीला लागला तरी त्याला तिथनं हलावं असं वाटेना. नीज संपल्यावर तो उठून बसला होता... उगंच त्याची नजर लागली... दीसाचं पाय डोंगरावर सुटलेलं. ते हळूहळू उतरतेलं. दिसाचा पांढरा रंग जाऊन हळूहळू भगवा होत

गेलेला. ढगांच्या कडा सोनेरी होऊन ते काळवंडत चाललेलं. दीस हळूच डोंगरावर टेकलेला. टेकता टेकता गुलाबी होत गेलेला. महादेवाची पिंड पुरात बुडत जावी तसा डोंगरापलीकडं बुडतेला. मग पाऽर बुडून गेल्यावर उदास होऊन काळवंडत गेलेली झाडं. रानं, गाव, आभाळ, सगळं एक टक बघत बसलेला. माणसं गावाकडं परतत होती. तिकडं त्याचं ध्यानच नाही.

सगळं काळवंडलं नि दीर्घ उसासा सोडून तो उठला. गठळं काखंत मारलं. कुठं जायचं ते नक्की होईना. चिंचवाडच्या वाटेकडं त्यानं पाहिलं. तिच्या पांदीत तर दाट दाट काळोख साठत होता. एकही माणूस तिच्यातनं येताना दिसत नव्हतं. तो गावाकडं वळला.

रात्रीची जेवणं आटोपून गाव सामसूम झालं तरी तो फिरतच होता. कुठं जावं, कुठं झोपावं त्याला काही कळेना. गठळं सावरत, जड पावलं टाकत तो त्याच्या नकळत तेली गल्लीत आला. बसाप्पाचं दार बंद. चिरोंडीतनं त्यानं बघितलं. तरी आत दिवा विझलेला. सगळं गपगार. थंडी वाजतेली.

तो तसाच पुढं सरकला नि होगाड्याच्या त्या दोनमजली घरासमोर आला. दारं बंद होती. खिडक्याही बंद झाल्या होत्या. ठणका बंद होऊन बेशुद्ध पडल्यागत घर गपगार पडलं होतं... फरशीवर अंधार. त्या अंधारात तो सरकला नि फरशीवर टेकला.

जरा आडोसा वाटला. वारा अडवल्यागत होऊन थंड कमी वाजू लागली. फरशी मुकेपणानं तशीच स्तब्ध. दत्तूनं जड मनानं गठळं सोडलं. घोंगडं अंथरलं. फाटकी चादर अंगावर घेतली. उरलेली कापडं उशाला घेऊन तो फरशीला न दुखवता तिच्यावर लवंडला. जिवाचा दगड करून त्यानं डोळं मिटलं. तरीही फरशी चाळवली. आज मालक हितं कसा? कितीतरी दिसांनी आलाय. घरात निजायचं सोडून हितं येऊन पडलाय... तिला जुना जुना वास आला.

...जुना वास आला नि दत्तूच्या खालच्या घोंगड्याची कापसाची मऊसूत गादी झाली. मऊमऊ पासोडी आली नि चादर गेली. तेली गल्लीच्या राजासारखा तो त्या गादीवर पडला.

डोळ्यापुढं सकाळ झाली नि आपल्या गादीवर तो उठून बसला. तुपात केलेल्या गरम गरम सांज्याचा त्याला वास आला.

काळ्या कुळकुळीत देहावरनं हात फिरवत त्यानं सकाळचं सगळं आटोपलं. उनउनीत पाण्यानं आंघोळ केली. पांढरंशुभ्र झिरझिरीत धोतर नेसलं नि उघड्यानंच महादेवाला पाणी घालून आला. घरी आल्यावर मग गळ्यातल्या चांदीच्या लिंगाची पूजा. विभूतीचे अंगभर पट्टे लावल्यावर मग वरती माडीवर गेला.

सगळं आटपलं. दुधातच पावडर टाकून केलेला चहा प्याल्यावर नि सांज्याची ताटली संपल्यावर त्याला हुरूप आला. धोतराची गाठ आवळत खाली उतरला. परड्यात तेलाच्या पाची घाण्या करकरत होत्या. बैल नि गडी नेमून दिलेल्या चाकोरीतनं फिरत होते. कोठी-घरातनं शेंगाची पोती बाहेर येत होती. दुसऱ्या बाजूला पेंडीचे ढीग नि तेलाचे डबे व्यवस्थित रचून ठेवलेले. सगळीकडं गुळचट, तेलकट वास सुटलेला. वीस एक गडी इकडं-तिकडं करतेले.

सगळीकडं चक्कर मारून तो आला. गडी घर लोटत होते. माडी अजून झाडली नव्हती. 'लौकर झाडा रे माडी. सुक्काळीच्या हो, लवकर उठून कामाला लागायला धाड भरती का? आयतं बसून कुठलं पोसू मी तुमच्या बायका-पोरास्नी? का मी काढून ठेवलेत ती?'

गडी थरथरत सटासटा माडी झाडू लागले. कुणी जाजम झाडला. कुणी गादी पत्र्यावर झाडली. पानाचे देठ, बिड्यांची थोटकं पडलेली. एकानं साळुत्यानं झराझरा गोळा केली नि ओंजळीत घेऊन निघून गेला.

जाजम टाकलं. वरती गादी टाकली. पांढराशुभ्र अभ्रा तिच्यावर घातला. तक्के भिंतीकडेला लावून ठेवले. तबक स्वच्छ पुसून त्यात ताजी पानं, सुपाऱ्या घालून ठेवल्या. बिड्यांचे दोन बंडल सुटे करून ठेवले नि गडी मुकाट निघून गेले...पोट सावरत दत्तू सावकर वरती आला.

दुसरा चहा घेऊन बायको वर आली. तीही काळीच. मातकट रंगाची. पण ठाकठीक. अंगावर स्वच्छ भारी लुगडं. गळाभर पुतळ्या. बुगड्या, फुलं, बाजूबंद. पायांत जोडवी-मासोळ्या. सणाला नटतात तसं दागिनं घालून आलेली. पण दत्तूचं तिच्याकडं लक्ष नाही. चहा प्याला नि बैठकीच्या गादीशेजारी त्यानं कपबशी ठेवली. ती मुकाट उचलून घेऊन बायको गेली.

माणसांची ये-जा सुरू झाली. त्यांनी गप्पा मारल्या. पानं खाल्ली. बिड्या ओढल्या. नऊच्या सुमाराला त्यांना काहीबाही खायला मिळालं. दत्तू सावकराला खूष करत ती बसली.

...गावातले कुलकर्णी आले. त्यांनी कपाट उघडून दोन-चार तांबड्या, लांबट वह्या काढल्या. एका तक्क्याला टेकून ते बाजूला बसले. खाली बघून त्यांनी हिशेब केले. मांडामांडी केली. दत्तूनं त्यांना काही प्रश्न विचारले. त्याची काही उत्तरं मिळाली. मग दत्तूनं केरूला हाक मारायला गड्याला सांगितलं. केरू गांधी टोपी सावरत वर आला.

''आरं त्या चिंचवाडला जाऊन ये. हारी मान्याकडची बाकी तेवढी मिळती का बघून ये. चार-पाच म्हैन्यांची बाकी तटलीया त्याच्याकडं.. दे म्हणावं बिगीद्यान, न्हाईतर घरावर जप्ती येईल.''

केरू मान हलवून खाली गेला. कुलकर्णी पुन्हा बोलला. पाच-सात गावच्या व्यापाऱ्यांची व शेतकऱ्यांची उधारी होती. तिकडं कधी माणसं पाठवावीत याचा विचार केला...अधनं-मधनं गावोगाव माणसं जात असत. वसुली गोळा करून आणत असत. सुरू करून दिलेल्या यंत्रासारखं सगळं चाललं होतं. सावकारी वडिलार्जित होती. वडलानं सगळी घडी व्यवस्थित बसवून दिलेली.

...सगळ्या घरातनं चार-पाच पोरं गडबड करत होती. पहिल्या दोन पोरी नि नंतर दोन पोरगं. सगळे त्यांचं कौतुक करत. सगळ्यांच्या अंगावर चरबी, पण सगळी काळीच. आई-बा गोरे नाहीत तर ती गोरी, देखणी होणार कशी?... दत्तू काळा असला तरी त्याला वाटायचं आपली बायको, आपली मुलं गोरी देखणी असावीत.

...दिवाळी आली. येणाऱ्या-जाणाऱ्यांना भरपूर नारळ, तूप, बेदाणे घातलेले मोठमोठे लाडू, तळलेल्या करंज्या, चकल्या, कापण्या, नाना पदार्थ मिळू लागले. मांगणी-महारणींना भाऊबीज, ओवाळणी, ओटा भरून फराळाचं मिळालं. दिवाळीत दहा दिवस फरशीवर गॅसची बत्ती लावली. सगळा झगमगाट. अत्तर, दारूकाम, नवे कपडे यांची चंगळ. ...गडी, गड्यांची बायका-पोरं सगळी सुखात...गावच्या राजागत सगळा थाट.

...गावातला उरूस आला. गैबीला बोललेला नवस फेडून घ्यायचा होता. तीन दिवस उरूस तर तीन दिवस कोल्हापूरची एक नायकीण आणली. तिच्याबरोबर चार-पाच जणांचा सरंजाम. ती तीन दिवस माडीवरच राहिली. रातरातभर गायिली, नाचली ...उरूस झाल्यावर दत्तूचं वैभव दिपल्या डोळ्यांनी बघत निघून गेली.

उरूस संपला नि दत्तूच्या फेऱ्या कोल्हापूरला वाढल्या. रात्री मुक्काम पडू लागले. दोन-दोन, तीन-तीन दिवस गावाकडं फेरी नाही. ...गोंधळ माजू लागला. परस्पर एखाद्या वेळी तेलाचा डबा गायब होऊ लागला. शेंगेचं पोतं कमी झालेलं दिसू लागलं. घाण्या हळूहळू फिरू लागल्या नि कामांना मंदगती आली. तीन-चार वर्षे अशीच गेली.

घरात धुसफुशी सुरू झाल्या. बायकोकडची माणसं आली. भांडली. बायकोला घेऊन जातो म्हणू लागली. हा चिडला. असेच पाच-सहा महिने गेले...उधारी वर्षावर्षांची खोळंबली. सावकारीकडं लक्ष लागेना.

सावकारी बंद पडली. हळूहळू गावात विजेवर चालणारे दोन घाणे आले. त्यांचा जम बसला. शेंगांची खरेदी त्या बाजूला गेली. वर्षभराच्या खरेदीकडं लक्षच नाही. घाण्या हळूहळू बंद करायची पाळी आली.

एक दिवस घरात चांगलाच डोंब उसळला. बायकोच्या डोसक्यात पेंड फोडायची पहार दणकली. लालभडक रक्तात काळी बायको न्हाली नि हंबरडा फोडून निपचित

पडली. घराला आतल्या बाजूनं कडी. माणसं ओरडली, पण कडी काढली गेली नाही. पोरं आत 'आण्णा, आण्णा, मारू नका की हो' म्हणून रडून आक्रोश करत होती.

बाहेर खूप दंगा वाढला. घटकाभरानं दार उघडलं. माणसांचा लोंढा आत घुसला. भुईवर पडलेल्या बायकोभोवती दाटी-मिठी झाली. तिच्या अंगावर एकही दागिना नाही, सगळी मोकळी केलेली. पाणी मारून, जखम बांधून माणसांनी तिला शुद्धीवर आणलं. मग पुन्हा रडारड सुरू झाली.

तीन दिवसांच्या आत घराला कुलूप. बायको मुलांना घेऊन माहेराला निघून गेली. कुलकर्ण्यांच्या ताब्यात मोडकळीस आलेला धंदा दिला. सहा महिने असेच गेले नि एक दिवस एक मोटार दारात येऊन पलंग, खुर्च्या, गाद्या, भांडी आणून ठेवून गेली. दुसऱ्या दिवशी भाड्याच्या टुरिंगमधनं एक गोरीपान नायकीण आणि तिचा पाच-सात माणसांचा गोतावळा उतरला. सगळा घरात घुसला. टुरिंग निघून गेली.

...घराचं रूप पालटलं. दारं-खिडक्यांना पडदे आले. पडद्यांवर मोठी गोबरी गुलाबाची फुलं. झिरझिरीत पडदे वाऱ्यात केसांच्या बटांसारखे तरंगू लागले. घरात केव्हाही यायला, जायला गड्यांना मज्जाव झाला. भिंतींना आतून निळे, गुलाबी, हिरवे असे छटाछटांचे रंग दिले. स्वच्छता खूप वाढली. आत एक स्वप्निल विश्व उभं राहिलं. गाद्या, पलंग प्रत्येक खोलीत दिसू लागले, नि कापडांना सुगंधी साबणांचा, अत्तरांचा वास येऊ लागला. मोरीत सांडून बाहेर येणाऱ्या पाण्यानं सगळ्या गल्लीभर सुगंध पसरू लागला. पण सगळ्या गल्लीशी घर फटकून वागू लागलं. ओळख विसरल्यासारखी त्याची तऱ्हा झाली. तीन घाण्या होत्या. त्यांतली एक बंद पडली. गडीमाणसंही कमी झाली. दत्तू बाहेर पडेनासा झाला.

खर्च नि चैन भरपूर वाढली. कोल्हापूर, बेळगाव, पुणे, मुंबई इकडं खास टुरिंग काढून फेऱ्या होऊ लागल्या. सावकारी आणि व्यापार दोन्ही धंदे पार बसले. लक्षच नव्हतं...हळूहळू घरावर पैसे काढले.

अशीच आठ-दहा वर्षं गेली नि सगळं घर डबघाईला आलं. गडी कधीच गेले. घाण्याचं सामान विकून टाकलं. वेळच्या वेळी कपडा मिळेना झाला, उधार कोणी देईना झालं...घरात नायकीण भांडू लागली. एक एक वेळ तिला सुगंधी साबणाशिवाय आंघोळ करावी लागली. तीच तीच पातळं पुन्हा पुन्हा नेसावी लागली.

दत्तू वैतागून गेला. अधनंमधनं आजारी पडू लागला. त्याची सेवा करायला कुणी नाहीच. उलट आजारीपणातही त्याला वैताग. 'हे आणा, ते आणा'ची तक्रार...एक दिवस त्याचं डावं अंगच सगळं लुळं पडलं. बोलायला येईना. डावा हात, डावा पाय हलेना. घाबरून जाऊन नायकिणीनं डॉक्टर आणला. त्याला

कोल्हापूरला हलवलं नि सगळं घरच तिच्या ताब्यात आलं...तिच्या आता कोल्हापूरच्या स्वतंत्र फेऱ्या होऊ लागल्या. गहाण-खतावर कर्ज वाढू लागलं.

तीन महिन्यांनी एक हात लुळा होऊन दत्तू परत आला, तेव्हा घरावरचा बोजा कधी न फिटण्याइतका वाढला होता. नायकिणीनं सगळं बिऱ्हाड कोल्हापूरला हलवलं होतं, नि तिनं दुसरा कोण तरी इनामदार गाठला होता.

दत्तूला कोल्हापूरचं घर बंद झालं. गावातलं घर होगाड्यानं खरेदी करून त्याला नुसते खरेदीचे कागद दिले. बायकोकडं दोन-तीन वेळा जाण्याचा त्यानं प्रयत्न केला, पण त्याला थाराच मिळाला नाही. कुणी जवळच केलं नाही.

...लुळा हात घेऊन तो गावातनं फिरत होता. जवळ असलेले पाच-पंचवीस रुपये हॉटेलातलं खाऊन संपत आले होते. कुणी थारा देत नव्हतं, नि काय काम करायला येत नव्हतं. तसल्यात काही खाऊन त्याला हगवण लागली. आवरेचना. गावाच्या उगतीला माळावर तळं आहे. तिथं जाऊन बसला. तळ्याच्या आसपास झाड नाही, झुडूप नाही. सावली-निवारा काही नाही. याला परसाकडला जाणं, एकाच हातानं सगळं उरकणं कठीण गेलं म्हणून तळं नि माळ बरा वाटला.

...दोन दीस तसाच तिथं पडलेला. अंगावरची चरबी बरीच झडत गेलेली...

बसाप्पा तेली शेजारच्या गावाला पेंड घालून नि तेल पोचतं करून येत होता. छकडा आपल्या मनानं गावाकडची वाट तुडवत होता. दीस कलतीला लागायच्या टिपणाला छकडा तळ्यापाशी आला नि त्याला तळ्याच्या काठावर कोणतरी आडवं पडलेलं दिसलं.

छकडा थांबवून तो गेला. तर जीव कासावीस होऊन पडलेला दत्तू.

"हितं का आलाईस सावकर?"

"परसाकडला दोन-तीन दीस लई लागलंय गा. मग काय करू?" तो पार आत गेलेल्या आवाजात, भोवळ येणाऱ्या डोळ्यानं बोलू लागला.

"आता कसं हाय?"

"बरं हाय. पोटातच काय न्हाई, तर आतडी बाहीर येतील?"

"चल गावाकडं."

तो डोळं मिटून घटकाभर थांबला.

"चल ऊठ," तो गप्प राहिलेला बघून बसाप्पा बोलला.

त्याच्या डोळ्यांतनं पाणी येऊ लागलं. त्या डोळ्यांनीच तो बघू लागला. बसाप्पाच्या पोटात त्याची अवस्था बघून गलबललं. त्यानं त्याच्याकडं बघत आवंढा गिळला नि त्याच्या लुळ्या हाताच्या काखेत हात घातला.

"बसाप्पा!" डोळ्यांतनं घळाघळा पाणी वाहू लागलं.

"अं."

"कशाला मला न्हेतोस गावाकडं? तिथं आता मी कुठं ऱ्हाऊ? काय हाय माझं आता गावात?"

"मग काय हितंच बसणार हाईस?"

"तेबी बसवंना झालंय. दोन दीस पोटांत काय न्हाई. जीव जाईल असं वाटलं, पर त्योबी जाईना झालाय...ह्या आतड्यास्नी उपाशी मरायची संव न्हाई, बसाप्पा."

"खुळा हाईस तू. चल बघू गावात."

तो आपल्याच तंद्रीत ओक्साबोक्सी रडू लागला.

"ह्या तळ्यातबी धोंडा बांधून बुडायचं मला धाडस हुईना. कसा मरू तरी मी?"

"मारायला का जीव फुकटचा आलाय? चल, ऊठ बघू!"

तो बसूनच मोठ्या दीनवाणं बघत बोलू लागला, "कुठं येऊं म्हणतोस मी? कोण हाय माझं गावात?"

"आरं आम्ही न्हाई का? एक माणूस का गावाला जड हुतंय? मी पोसतो चल तुला. हुईल ते काम माझ्या घरात कर नि खा, चल."

थरथरत्या पावलानं तो उठला नि छकड्यात हात-पाय पोटात घेऊन पडून राहिला.

पहाटेच्या गार थंडीनं त्याला जाग आली नि डोळं उघडल्यावर त्याला एकदम खूप थकवा आल्यासारखं वाटू लागलं. इकडं-तिकडं पाहिलं. वर आपल्याच घराचं छप्पर. खाली आपलीच फरशी.

आठवणीनं तो कावराबावरा झाला...माणसांची, त्या होगाड्याची चाहूल लागायच्या आत इथनं हललं पाहिजे याची त्याला जाणीव झाली. गठळं बांधून घेऊन तो उभा राहिला नि पोटात बारीकसं घडघडलं, परसाकडची भावना झाली. तसाच डाव्या मांडीवर हात आपटत तो गावाबाहेरच्या त्या तळ्याकडं गेला.

तळं निवांत. कोण माणूस नाही, काणूस नाही.

तो थंडपणानं तासभर तिथंच परसाकडच्या जाग्यावर बसला. तीन सालाअगोदरची त्याला आठवण झाली. जीव घाबरल्यागत झाला नि तो इकडं-तिकडं बघू लागला. किरणं चटपटत होती.

उठून त्यानं पाण्यात जाऊन जेवायच्या हातानचं ढुंगण धुतलं. पाण्यांत तसाच हात खळबळून उठला.

उठला नि पोटाची त्याला आठवण झाली. भूक कडाडली होती. रात्री काय खाल्लंच नव्हतं. पोट मोकळं झालेलं. गठळं उचललं नि तो गावाकडं चालला.

...बसाप्पाचं छप्पारच खरं आपल्या सावलीचं. ते सोडून भागणार न्हाई. दुसरं कोण आपल्याला बघणार हाय? सुख भोगून बसलेल्या ह्या जीवाला त्येच्या

आयला, जग सोडून जायाचं धाडसच हुईत न्हाई.

गाव सकाळचे विधी कुसवाभोवतीनं आटोपण्यात गढून गेलं होतं. त्यातनं वाट काढत काढतच तो बसाप्पा तेल्याच्या शेंडातनं आत परड्यात घुसला. खाली मुंडी घालून छपरात शिरला.

बसाप्पा राखुंडी लावत परड्याच्या दारात उभा होता. त्यानं ते पाहिलं. काही बोललाच नाही. काय काय करतोय त्याच्यावर नजर ठेवत तो राखूंडी लावू लागला.

दत्तूनं छपरात गठळं टाकलं. त्याला बघून बैल उठला. त्याला त्यानं उजव्या हातानंच सोडून दोन-चार पेंड्या गवत टाकलं. शेणाची पाटी घेऊन ती गोठ्यातनं ओढत ओढत त्याच हातानं शेणं भरली नि उकिरड्यावर टाकली. गोठा लोटून काढला. परसाकडच्या टंबरेलात बारडीतलं पाणी घेतलं नि त्यात शेणाचा हात बुचकळून धुऊन काढला. टंबरेल ओतून देऊन तो छपराच्या तोंडाला जाऊन दाराकडं बघत बसला.

बसाप्पा तोंड धुऊन आत गेला होता. घटकाभरानं बायको बाहेर आली.

"सावकर."

"आं!"

"च्या पिऊन न्ह्यारी कर चल. रातचं तरी यायचं न्हाई घराकडं?"

"न्हाई आलो त्येचा आयला! कट्टाळा आला हुता, तसाच दोस्ताकडं पडलो."

तो उठला, घरात गेला. बसाप्पाच्या बायकोनं चहा दिला. चहा पिऊन झाल्यावर त्याला न्याहारीला वाढलं नि त्याच्यापुढं सारलं. बाहेर आलेल्या गिऱ्हाइकाला पेंड घालून बसाप्पा आत आला. तो आलेला बघून दत्तू न्याहारीची भाकरी, भाजी नि वाडगा ताटलीत घेऊन उठला.

"का रं? बस की हितंच."

"नगं, छपरात जाऊन खातो निवांतपणी. तुझी तू कर न्ह्यारी हितं."

छपरात आला नि दारातोंडाला बसून त्याच हातानं भाकरी बकाबका खाऊ लागला. भोवतीनं परडं दरवळत होतं. तिकडं त्याचं ध्यानही नव्हतं. पुढ्यातली भाकरी कधी पोटात जाईल असं त्याला होऊन गेलं होतं.

...समोरच्या बैलाकडं बघत तो ती संपवत होता. बैल गवत खाण्यात गढलेला. त्याच्या पोळीवरचा तो गोचीड अजून तसाच. रक्त पिऊन पिऊन आता तो चांगला टच्च फुगला होता. दत्तूच्या पोटात भाकरीचा एक एक तुकडा जाईल तसं बरं बरं वाटू लागलं. आता त्याला जगावंसं वाटू लागलं होतं. घाणा जुंपावासं मनात येऊ लागलं होतं.

जीवन

आज शनिवार. सकाळपासून इकडं-तिकडं करताना सगळ्यांना बरं वाटत होतं. पावटेसाहेब, धर्माधिकारी, गवंडीमहाराज, दाते कॅशिअर सगळे मजेत होते. मारुती शिंदे, बबन घुगरे आणि पानवळ हे शिपाईही जरा जास्तच बोलत होते. जाधवसाहेब आज ऑफिसला आले नाहीत; म्हणून सगळ्यांच्याच मनावरचा ताण कमी झाला होता. आज सकाळीच तेवढी बँक. साडेबारा वाजले की दारं बंद. सोमवारपर्यंत चिंता नाही...महिन्याचा पहिला आठवडा. जमलं तर दुपारी सिनेमा टाकायचा. हॉटेलमध्ये जाऊन काहीतरी चमचमीत खायचं...मनं कशी वरवर येऊन उमलत होती.

बरोबर साडेअकराला पावटेसाहेबांचा फोन वाजला. जाधवसाहेबांच्या माणसानं केला होता. "जाधवसाहेबांची आई गेली. पानवळला ताबडतोब पाठवून द्या. बँक बंद झाल्यावर बाकिच्यांनी आलं तरी चालेल. साहेबांनी सगळ्या शाखांतून फोन करायला सांगितलं आहे. शिवाय शक्य असल्यास बबन घुगरेलाही सगळीकडं जाऊन कळवायला सांगितलं आहे."

सगळी बोंबाबोंब झाली. पावटेसाहेबांनी लगेच सगळ्यांना सांगितलं. सगळेच बॅलन्स चुकल्यासारखे गंभीर चेहरे करून बसले. पानवळला पिटाळलं. त्याला काही बोलता आलं नाही. जाधवसाहेबांच्या घरचं काम होतं. नाही तर त्यानं आपल्या रोजच्या खोडीप्रमाणं, 'बबनला न्हाई तर म्हारुतीला पाठवून द्या की' म्हणून पावटेसाहेबांच्या पायांत पिल्लू सोडलं असतं.- शिंदे आयता सुटला. तरी त्याला बँक बंद झाल्यावर जाधवसाहेबांच्याकडं यावं लागणार होतं...मनात असूनही कुणाला काही बोलता येईना. तरी गवंडी आणि धर्माधिकारी काही तरी खालच्या आवाजात बोलत होतेच.

-शनिवार सगळा वाया जाणार. बबन सायकलीवरनं सगळ्यांना निरोप द्यायला बाहेर पडला. ...परत येईपर्यंत एक वाजणार. पावटेसाहेबांनी सगळीकडं फोन केलायच. एका तासात आपण कुठं कुठं बोंबल्या मारत हिंडायचं? होईल तेवढं करायचं नि साडेबारा वाजले की परत यायचं.

...परत तरी कुठं जाणार? घराकडं काय जाता येणार न्हाई. जेवून परत जायचं म्हंजे दीड तरी वाजंल. तवर जाग्यावर मडकंबी असणार न्हाई. निरोप देऊन तसंच भमक्या मारत जाधवसाहेबांच्या घराकडं गेलं पाहिजे...परत यायला किती वाजत्यात कुणाला ठावं? सगळाच बोऱ्या वाजणार आज...जाताजाता नाना दांडेकराकडं

जाऊन मिसळ हाणावी. तोंडाला चरचरीत असलं म्हंजे बरं वाटतं. दोनतीन स्लाईस चघळायला हरकत न्हाई. न्हाई तरी घराकडं जायला दोन-तीन वाजणारच...साला! पण जाधवसाहेबांच्या आईवर टाकायला हार घ्यावा लागणार. त्यातल्या त्यात डुईतनं खाली उतरायजोगा तरी घेतला पाहिजे. न्हाई घेतला तर जाधवसाहेब आतल्या आत दात खायला लागणार. जलमभर बोंबलंल माझ्या नावानं. कान्फिडन्सल खराब करंल. -आदूगर हार घेऊ नि मग दांडेकराकडं जावं...

"शंकऽर."

"बोला साहेब. काय देऊ?"

"गरम काय हाय?"

"शिरा, उप्पीट, वडा, इडली-सांबार, वडा-सांबार, मिसळ, घावण, खिचडी, भजी ताजी हाईत. काय देऊ बोला."

"स्लाईस हाईत ना?"

"स्लाईस हय, पाव हय, पुरी-भाजी हय."

"मग एक पेशेल मिसळ नि दोन स्लाईस दे. पातळ भाजी जादा टाक." ....तिखट खाल्लं म्हंजे बरं असतं. तोंडाला चव येते. शिवाय मिसळ नि स्लाईस खाल्लं की अर्धं जेवल्यागत...मग एका बदली दोन मर्तिकंबी कराय येतील.

तरी जाधवसाहेबांच्याकडं जायला त्याला दीड वाजला. दारासमोर सगळं थंडगार. कुणीच नाही. सुतळीचे तुकडे, कडब्याचा पाला, प्रेताला ऊनऊन घातलेलं पाणी सगळीकडं पसरलं होतं. त्यानं ते तिथंच उभं राहून सगळं पाहिलं. ...मढ्याला ऊनऊन पाणी घातलं म्हंजे बरं असतं. मढं असलं तरी त्येचं सगळं अंग चांगलं शेकून निघतं. आजारी माणूस. बऱ्याच दिवसांत आंघूळ मिळालेली नसती. तेव्हा आपलं कडक पाणीच बरं...आयला! पर मढ्याला त्येचं काय. निदान जाधवसाहेबांस्नी बरं वाटलं म्हंजे रग्गड झालं. जाधवसाहेबांच्या आत्म्याला शांती मिळाली की त्येंच्या आईच्या आत्म्याला आपोआपच शांती मिळणार...खरं-खोटं कोण बघायला जातंय?

त्यानं तिथनंच सायकल वळवली. रस्त्यानं तांबड्या फुलांच्या पाकळ्या पडलेल्या दिसत होत्या. ती खूण धरून त्यानं सायकल दामटली. त्याला वाटलं, रस्त्यात प्रेतयात्रा भेटेल. पण शेवटी ती स्मशानात भेटली. माणसं गोवऱ्या आणून टाकत होती.

साठ-सत्तर माणसं जमलेली. बबननं सांगितलेली आणि न सांगितलेलीही. बबनला त्याचं आश्चर्य वाटलं. समाजात जाधवसाहेबांचा चांगला संबंध होता. त्यांनी अनेक माणसं जोडून ठेवली होती. बँकेच्या क्षेत्रातली तर होतीच; पण इतर क्षेत्रांतलीही बरीच मंडळी होती. जाधवसाहेबांच्यासाठी आलेली. त्यांच्यावर त्या मंडळींचं खूप प्रेम होतं. त्यांना कर्जं वेळच्या वेळी मिळत होती, कॅशक्रेडिट मिळत होतं, इतर सवलतीही मिळत होत्या. आणि मुख्य म्हणजे जाधव चांगल्या हुद्द्यावर

होते...काहींना गहिवरून येत होतं. जाधवांच्या मातोश्रींचं मुखही कुणी पूर्वी पाहिलं नव्हतं. पण जाधवांची अवस्था केविलवाणी झाली होती, ती बघवत नव्हती.

अनेक मंडळींनी प्रेताला जाधवांच्याकडं बघत हार घातले. त्यांना मनोमन वाटलं, नेहमीप्रमाणं हार घालताना नावं पुकारली असती तर बरं झालं असतं. अवघडल्या मनानेच त्यांनी हार घातले. हार घालून झाल्यावर जाधवांचं सांत्वन केलं.

जाधवांची दोन भावंडं तशीच एका बाजूला उभी राहून रडत होती. त्यांच्याकडं कुणाचं लक्ष नव्हतं. त्यांची आणि आलेल्या मंडळींची फारशी ओळख नव्हती. ओळख असती तर अनेकांनी त्यांचंही सांत्वन केलं असतं.

अनेकांची भाषणं झाली. पहिलं भाषण झालं, त्या वेळी कुणीतरी अनवधानानं पटपटपट अशी टाळी वाजवली. पण त्याच्या नंतर लक्षात आलं असावं. तो गप झाला. बहुतेकांच्या भाषणांतून जाधवसाहेब हे कार्यतत्पर मॅनेजर, कष्टाळू, अत्यंत सौजन्यशील, तरी तडफदार, अनेक माणसं जोडून ठेवणारे, खालच्या नोकरवर्गांशी अत्यंत प्रेमानं वागणारे कसे आहेत हे सांगितलं जात होतं. अशा अत्यंत गुणी माणसाची मातोश्री इहलोकातून अकाली निघून गेली व जाधवसाहेबांचा फार मोठा आधार कसा नाहीसा झाला, यासंबंधी त्यात शेवटी एक दोन वाक्यं असायची.

पानवळ प्रेताजवळ उभा. तो आलेले हार तत्परतेने बाजूला काढून ठेवत होता...बँकेचे कार्यकारी संचालक पुरोहित जेव्हा रिटायर झाले, तेव्हा त्यांचा सत्कार झाला होता त्या वेळीही पानवळच पाठीमागे उभा. असाच हारांचा ढिगावर ढीग घालत होता...बबन घुगरे त्याच्याकडं मिस्किलपणानं पाहतेला...साल्यानं पुरोहित साहेबांच्याकडं रिटायर व्हायच्या वेळी वशिला लावला. पण समदाच गटारात गेला. आता जाधव साहेबांकडं वशिला...बेट्या, कुणी शिपायाचा मॅनेजर करणार हाईत काय? का उगंच बाजूबाजूनं लोणी लावत हिंडतोस?

जाधवसाहेबांनी आपल्या थोरल्या बहिणीला कालच 'सीरिअस' म्हणून तार पाठवली होती. आज बहीण आली ती सरळ स्मशानातच. तिनं 'आईऽ' म्हणून अनावर हंबरडा फोडला. तिला बघून जाधवसाहेबांचे कॉलेजला असलेले लहान बहीण-भाऊ 'अक्काऽ ऽ' म्हणून मोठ्यानं रडू लागले...सगळं हार आणि भाषणांचं गंभीर वातावरण बदलून गेलं. थोरल्या बहिणीनं स्वत:ला तिरडीवर घालून घेतलं. जाधवसाहेब भोऽ करून रडू लागले. भावंडांच्या आकांताकडं बघून त्यांना जास्त भडभडून आलं. ...जाधवसाहेब रडू लागल्यावर मात्र लोकांना आश्चर्य वाटलं.

"मला कशी गंऽऽ सोडून गेलीस आईऽ ऽ!"

"आईऽ ऽ!"

"आई गंऽ ऽ!"

थोरल्या बहिणीला आईच्या अनेक आठवणी येऊ लागल्या. त्या आठवणींना

शोकावेगानं ती व्यक्त करीत होती आणि कळवळा फुटून मोठ्यानं रडत होती. आठवणीवर आठवणी येऊन तिला रडू फुटत होतं. त्यांच्यात ती बुडून जात होती. नंतर नंतर तिच्या समोरून आई गेली नि आठवणीच अनावर होऊन वाहू लागल्या...आठवणींसाठी रडू.

तिच्यावर आईनं विशेष प्रेम केलं होतं. तसं प्रेम करणारं आता आपणास कुणी नाही या कल्पनेनं ती फिरफिरून लयबद्ध रडू लागली. माणसं ते दृश्य पाहात क्षणभर जिथल्या तिथं थांबली. पानवळ तसाच बाजूला शिपायासारखा उभा राहिला. जाधवसाहेबांनी थोरल्या बहिणीच्या पाठीवरून हात फिरवला. "ऊठ आता."

"कशाला उठू ऽ...माझं माह्यारपण आता ऽ, सपलं रे ऽ ऽ दाजी ऽ ऽ."

"संपतंय कसं? मी आहे ना तुला? आता शोक करून काय उपयोग?-ऊठ बघू. चल तिकडं बाजूला. असं पडून राहू नकोस...लोक काय म्हणतील?" बोलताबोलता त्यांनी तिला बाजूला घेतलं.

शेजारचा विधी झरझर आटपून एकावन्न रुपये घेऊन न्हावी तिथं आला. जाधवसाहेबांना पानवळनं सांगितलं, "साहेब, अंगावरचे कपडे काढा."

जाधवसाहेब त्याच्याकडं बघूच लागले. कोणीतरी म्हातारे गृहस्थ पुढं सरकले. "मुंडण करून मातोश्रीला केस अर्पण करायचे असतात. कपडे काढा आणि न्हाव्यासमोर बसा."

जाधवसाहेबांनी न बोलता कपडे काढले. बबन घुगरे उघड्या झालेल्या साहेबाकडं बारकाईनं बघू लागला. बूट-सूट घालणारे जाधवसाहेब त्याच्यासारख्या शिपायासमोर आणि साठ-सत्तर लोकांपुढं उघडे झाले होते. त्यांची मळकट अंडरवेअर, त्यांच्या वाटोळ्या पोटावरचे आणि हाता-पायांवरचे काळेभोर केस बबननं बारकाईनं बघितले. त्याला राहावलं नाही. "आयला! जाधवसाहेबच्या अंगावर काय रं ही केसं!" शेजारच्या मारुतीला त्यानं खालच्या आवाजात सांगितलं.

"बिडी हय काय रे?" मारुतीचं त्याच्या बोलण्याकडं लक्षच नव्हतं. "...दोन वाजायला आल्यात. घराकडं कधी जायला मिळतंय कुणाला दखल?"

"बघू थोडा वेळ. न्हाईतर सटकू." आणि मग त्यानं खालच्या आवाजात एक बातमी सांगितली, "गवंडी, ढवळे आणि नारायणपेठेतले जोशीसाहेब भाषणं झाल्यावरच गेल्यात."

"त्येंचं निराळं. आपण गेलो तर जाधवसाहेब बुटानं केसं काढतील आपली!"

"अशा वक्ताला कोण सांगतंय त्यांस्नी!"

जाधवसाहेब न्हाव्यासमोर आईच्या पायदळी बसले होते. त्यांनी आपली मान न्हाव्यासमोर वाकवली. न्हाव्यानं त्यांच्या गळ्याला आडवं फडकंही बांधलं नाही. त्यांच्या लांब केसांच्या डोक्यात त्यानं नदीतनं भरून आणलेली पाण्याची वाटी

पालथी केली. ते पाणी तो केसांत बोटं फिरवून मुरवू लागला. बोटं फिरवताफिरवता मान वाकवून त्यानं गुडघ्यावर आणली आणि डोक्याच्या शेंडीपासनं पहिला पाट वस्तऱ्यानं टाळूपर्यंत ओढला.

“मातोश्रींच्या पायाचं दोन्ही अंगठं एका हातात धरा. त्यांना मनात स्मरा आणि केस अर्पण करा. त्यांच्या आत्म्याला शांती मिळेल. केस निघेपर्यंत अंगठे सोडू नका. विधी आहे हा.” एक म्हातारे गृहस्थ.

जाधवसाहेबांनी मातोश्रीचे अंगठे गच्च धरले. मनात त्यांनी आईचं स्मरण केलं. त्यामुळं त्यांच्या आत्म्याला शांती मिळू लागली...आईला आपण केस अर्पण करीत आहोत, यानंच त्यांना समाधान वाटत होतं. डोकं भादरताना अनेकजण एकाग्रतेनं त्यांच्या एकूण रूपात पडत चाललेला फरक न्याहाळत होते. बबनला ते मोठं मनोरंजक वाटलं.

आईचं प्रेत तसंच थंड. त्याची सगळी इंद्रियं बंद झालेली. त्याला कशाचंच काही नव्हतं. आता ते फक्त राख, वायू, अग्नी होऊन मातीत विलीन होण्याची वाट बघत होतं. सगळे विधी इकडं चालले होते आणि त्यांचा आपल्याशी काहीच संबंध नसल्याप्रमाणे ते आपल्याच तंद्रीत पडून राहिलं होतं.

“लघवीला कुठं जायचं?” बूट-सुटातल्या पावटेसाहेबांनी मारुती शिंदेकडं चौकशी केली.

“थांबा हं, बघून येतो.” मारुती पळाला.

इकडं-तिकडं जाऊन बघून आला.

“मुतारी कुठं दिसत न्हाई, साहेब.” परत आल्यावर त्यानं पावटेसाहेबांना सांगितलं.

“साहेब, ह्या शेडच्या पाठीमागं बोळ हय बघा.” बबननं माहिती दिली...पावटे बूट वाजवत अवघडल्या पायांनी तिकडं खाली मान घालून गेले.

बबन आणि मारुती एका बाजूला विडी ओढायला सटकले. पलीकडच्या बाजूला पडकं कुसू होतं. त्यावर जाऊन दोघेजण बसले. कुसवावर बसल्यावर सगळी स्मशानभूमीच बबनच्या दृष्टीच्या टप्प्यात आली.

रस्त्याकडच्या बाजूनं बोंब ऐकू येत होती. त्यानं तिकडं पाहिलं. दोन-तीन बायका पदरानं प्रेताला वारा घालत ओरडत येत होत्या. झोपडपट्टीतलं प्रेत असावं. टापशी गुंडाळलेला एकजण पुढं विस्तवाचं मडकं घेऊन खाली बघत येत होता. त्याच्या भोवतीनं जित्या माणसांची गर्दी. त्या गर्दीकडं तो अधनं-मधनं दृष्टिक्षेप टाकतेला. आपल्याकडं आणि आपल्या दुःखी अवस्थेकडं कोण कोण बघतंय याची त्याला उत्सुकता होती. अधून-मधून त्याच्याकडं बरेच लोक बघतही होते. एकजण त्याच्या डाव्या हाताचा दंड धरून त्याच्याबरोबर चालत होता. त्यानंही तो दंड

त्याच्या हातात सहीसलामत देऊन टाकलेला. तसा तो देण्याची काही गरज नव्हती. त्यामुळं सरळ चालायला त्यालाच अडथळा होत होता. आणि भोवळ वगैरे येण्याची किंवा हातापायांतलं बळ जाण्याची काहीच शक्यता नव्हती. तरीही त्याला आपलं धरलेलं असावं, अशा प्रसंगी तसं धरलं म्हणजे बरं असतं, अशा भावनेनं त्या इसमानं त्याला धरलं होतं. कुणी पाठीमागनं लगालगा येत होते. अनेकजण टाळ, मृदुंग आणि भजनात पुढं गुंग होते. प्रत्येकानं आपआपला उद्योग वाटून घेतला होता.

प्रेत अगदी स्मशानभूमीच्या तोंडाला आल्यावर मधूनच एक गांधी टोपीवाला आला नि त्यानं सगळी प्रेतयात्रा थांबवली.

''थांबा हितंच.''

''का?''

''फोटू काढायचा हय.''

सगळी प्रेतयात्रा थांबली. सगळेजण कॅमेरावाल्याकडं बघू लागले. गांधीटोपीनं फोटोची योजना केली.

''तडकी उतरा खाली.''

तडकी उतरली.

''तुम्ही चौघंजणं तिथंच थांबा.''

उतरलेल्या तिरडीच्या चारी बाजूला ते चौघेजण तसेच थांबले.

''तिप्पा, तू बस खाली.''

मडकं घेतलेला तिप्पा खाली बसला. त्यानं मडकं हळूच खाली ठेवलं. हात सोडवून घेतला आणि टापशी सरळ बांधली. पुन्हा उजव्या हातात मडकं घेतलं. त्याचा सोडलेला हात शेजाऱ्यानं पुन्हा व्यवस्थित धरला, आणि हात धरताधरताच तो तिप्पाला बिलगून बसला. दोघेही आता फोटोच्या कक्षेत आल्यासारखे कॅमेऱ्याकडं बघत अंतराळी चौड्यावर बसले.

कुठल्या तरी स्त्रीचा गर्दीत ऐन वेळी शोक वाढला. काही तरी सगळ्यांच्या लक्षात आलं. तिला पुढं आणून मडकेवाल्याच्या दुसऱ्या बाजूला बसवलं. ''गप ऱ्हा की आता तरी. किती रडशील? ही समदी माणसं कशासाठी गप्प बसल्यात?'' टोपीवाल्यानं तिला सांगितलं.

तिचा शोक कमी कमी होत गेला. थंड होऊन फोटोसाठी ती गप बसली.

पाठीमागची सगळी गर्दी गांधीटोपीवाल्यानं सरळ चौघांच्या पाठीमागं नेली नि उभी केली. उतरलेल्या तिरडीजवळ उशाला तिन्हीकडून तीन बायकांना पदरानं वारा ढाळण्याच्या पवित्र्यामध्ये बसवलं. अचानक पाठीमागची गर्दी वळवळाय लागली नि तिच्यातनं नऊ-दहा वर्षांची तीन-चार पोरं बाहेर आली. त्या बायकांच्या भोवतीनं कॅमेऱ्यावर डोळा ठेवून ताठ उभी राहिली. तरी गर्दीतल्या एका माणसानं एका पोराचं

बकोटं धरलं. बाचाबाची करून पोरगं सुटून यायचं तिथंच आलं. गांधीटोपीवाला शर्टाची पाठीमागची-पुढची बाजू सरळ करत कॅमेऱ्याकडं बघत उभा राहिला.

"हलू नका कुणी...हंऽ! घ्या हो फोटू."

सगळी प्रेतयात्रा निःशब्द. पुतळ्यागत उभी. एकही कुणी रडत नव्हते का हालचाल करत नव्हते. कॅमेरावाल्यानं जरा पायांची चाळवाचाळव इकडं-तिकडं करून 'स्टेडी प्लीज' केलं नि खटका दाबला. 'थँक्यू' करून तो बाजूला झाला नि पुन्हा गडबड सुरू झाली. पुन्हा रडारड. पुन्हा भजन. प्रेतयात्रा उठून पुढं चालू लागली.

...जाधवसाहेबांच्या आईचं जितंपणीचंच फोटू असणार. न्हाईतर त्यास्नीबी रुखरूख लागून राहिली असती-बबनच्या मनात विचार चमकून गेला.

"बबन्या, कधी हुणार रं हे? पोटात भूक कडकडून गेलीया." मारुती बबनला पुन्हा म्हणाला.

"लेका, हिकडं माणूस मेलंय लाख मोलाचं नि तुला पोट सुचाया लागलंय व्हय?"

"काय करणार तर? दोन वाजून गेलं. सालं हे पोट हय तर मेलेलं माणूस हय; न्हाईतर त्येला कोण इचारतंय?"

"बेट्या, थांब; सांगतो जाधवसाहेबला." बबन्या हासला.

"लेका, तू काय तरी खाऊन आलेला दिसतोयस. तुझ्या तोंडाला वास येतोय मिसळीचा."

त्याचं हासणं खाली आलं. "आता अडीच वाजाय आलं असतील. तवर कुणाला भूक आवरतीया? म्हणून मी येतानाच खाऊन आलोय."

मारुती कुसवावरनं उठला. "मीही खाऊन येतो त्येच्या आयला! हितं वाटंवरच हाटेल हय." तो इकडं-तिकडं बघत हळूच निघून गेला.

बबन एकटाच. त्यानं बिडी ओढून संपवली.

घामाघूम झालेला पानवळ स्मशानातनं वरती आला. त्यानं इकडंतिकडं बघितलं.

"बबन-" बबनला हाक घातली. बबननं विडी पूर्ण विझवली. "हिकडं ये. म्हारुती शिंदे कुठं गेलाय?"

"माहीत न्हाई. आताच हितं हुता...कुणी तरी सिगारेट आणाय लावून दिला असंल."

"चल चल लौकर खाली. सराण रचायचं हाय."

"चल."

जाधवसाहेबांचं सगळं डोकं भादरलं होतं. ते बाजूला उभे. त्यांच्याबरोबर इतरही तिथंच उभे. जाधवसाहेबांची भावंडं एका बाजूला नेली होती. ती तिथं खाली बघून अश्रू गाळीत होती.

बबन आणि पानवळ उद्योगाला लागले. गोवऱ्यांचं सरण भराभर चढू लागलं. त्याच्या मदतीला आणखी एक-दोन इतर बँकांतले शिपाई आले आणि सरण रचू लागले. त्यांचं सरण रचण्याचं कौशल्य टक लावून बघत सारे उभे होते.

गुडघ्याच्या वर सरण आलं नि पानवळनं जाधवसाहेबांच्या आईच्या अंगावरची सुतळी मोकळी केली. सगळ्यांनी उचलायला हातभार लावला. प्रेत व्यवस्थित सरणावर ठेवलं. तोंड मोकळं ठेवून पुन्हा बाजूने गोवऱ्या रचण्यात आल्या. सर्वांना प्रेताच्या मुखात पाणी घालायला बोलावलं. काही पाणी सांडलं, काही पाणी तोंडात तसंच साचून राहिलं. पाण्याचा तसा काहीच उपयोग झाला नाही. बऱ्याचजणांना आपण प्रेतासाठी काही केल्याचं समाधान वाटलं. तोंडावर गोवऱ्या रचण्यात आल्या. जवळजवळ कमरेइतकं सरण आल्यावर रॉकेलचा डबा त्यावर ओतला. अग्नी दिला...बऱ्याच जणांनी श्वास सोडला...

"आई, चाललीस काय गऽऽ?" म्हणून मोठ्या बहिणीनं पुन्हा आक्रोश केला.

"आता रडायचं नाही. तिच्या वाटेत उगंच अश्रूंचा पूर आणून सोडायचा नाही. गप राहाल तर ती सुखानं जाईल. किती दिवस तिनं तुमच्यासाठी खस्ता खायच्या?" म्हाताऱ्या गृहस्थांनी तिला मोठ्या आवाजात सांगितलं. ती मुळूमुळू रडत तोंडात पदर घालून गप राहिली...आईच्या वाटेवर अश्रूंचा पूर आणू नये असं तिला वाटलं.

जाधवसाहेबांना खांद्यावर मातीचा डेरा देऊन नदीवर नेलं. तिथं त्यांना आंघोळ करायला लावली. डेरा भरून त्यांच्या खांद्यावर दिला...डोक्याला एक केस नाही. होती तीही तलवार-कट मिशी काढली गेलेली. अंगावर नुसती अंडर वेअर. तिच्या आतही काही नाही. तशात ते भिजल्या वस्त्रानिशी आले. खांद्यावर मातीचा डेरा भरलेला...एरवी त्यांनी हे कधीच केलं नसतं. आईच्या आत्म्याला शांती मिळणार आहे, या समाधानात हे सगळं चाललं होतं.

त्यांना ओलेत्यानंच आणलं. त्यांनी सरणाकडं पाठ केली आणि पानवळनं एक लहानसा कोचीचा दगड घेऊन डेऱ्याला खालच्या बाजूला भोक पाडलं. पाण्याची धार लागली.

"हं फिरा आता ह्या बाजूनं." पानवळनं साहेबांना सांगितलं. साहेब खाली बघून पाणी गाळत सरणाभोवती फिरू लागले. लोक बघू लागले. त्यांच्या ठराविक फेऱ्या झाल्यावर पानवळनं साहेबांना थांबवलं.

"थांबा आता. सरणाकडं तशीच पाठ असू दे. आणि पाठीमागं न बघता खांद्यावरचा डेरा तसाच पाठीमागं बेतानं टाका. एखाद्या वक्ती पायांवर पडंल."

साहेबांनी डेरा सोडला. भद्‌ककरून तो पडला नि फुटला.

"हं! आता तोंडावर हात मारा." हेही पानवळच साहेबांना सांगत होता. साहेब त्याच्याकडे बघू लागले.

म्हातारे गृहस्थ आले. "नुसता तोंडावर आवाज न करता हात जरी मारला तरी चालेल. विधी आहे तो." मग साहेबांनी तोंडावर आवाज न करता हात मारला...त्यांच्या पाठीमागं त्यांच्या भावानं पुन्हा आक्रोश मांडला. माणसं त्यांच्याकडं पुन्हा टकमका बघू लागली.

जाधवसाहेबांनी अंग टॉवेलनं पुसलं. काढून टाकलेले कपडे त्यांनी पुन्हा अंगावर घातले. अंग पुसलेला टॉवेल डोक्यावर पांघरून घेतला. मुंडणामुळं नि टॉवेलमुळं त्यांच्या चेहऱ्यावर एक विशिष्ट अवकळा पसरली. लोकांच्याही मनात त्यांची मातोश्री वारल्याची प्रामाणिक भावना त्यामुळं तयार झाली.

सगळा विधी झाल्यावर पानवळनं प्रेताची तिरडी मोडून टाकली. काठ्या मोडत नव्हत्या. तरी त्यानं त्या गुडघ्यानं आणि भिंतीच्या कोपऱ्यावर आपटून मोडल्या. सरण ढोसण्यासाठी एक लांब बांबू तेवढा त्यानं विचारपूर्वक ठेवला होता. तिरडी उद्ध्वस्त करून तो उभा राहिला.

सगळे वर आले.

"अग्नी दिला. आता जायला हरकत नाही." दाते धर्माधिकारीला म्हणाला.

"कुणी हलत नाही, तर आपणच कसं जायचं?"

"बराच उशीर झालाय म्हणून म्हणतो."

"ते खरं आहे, पण..."

"डोसकं फुटल्यावर सगळ्यांनी जायचं असतं, साहेब." बबननं त्यांना माहिती पुरवली.

सगळे लोक जळणाऱ्या सरणाकडं त्या घटकेची वाट बघत बसले. कुणी सावलीचा आश्रय घेतला. कुणाच्या पँटा कडक होत्या. ते बाजूला असलेल्या शेडच्या भिंतीला टेकून, भार देऊन उभे राहिले. ज्यांचे पाय फारच दुखत होते ते सरळ बसायच्या शेडमध्ये जाऊन धुळकट फरशीवर, पायरीवर बसले...कंटाळून गेलेले. पोटात अन्न नाही. काही गप्पाही मोकळेपणानं मारता येत नाहीत. कुठं निवांत बसताही येत नाही. चहाही नाही. फक्त सिगारेट तेवढी ओढता येते...सगळंच अवघडलेलं वातावरण.

बबन आणि मारुती पुन्हा कुसवावर जाऊन बसले...मघाच्या प्रेताबरोबर आलेला भजनाचा ताफा एका बाजूला ठाण मांडून बसला होता. भजन म्हणणारा, मृदंग वाजवणारा आणि त्या तालावर टाळ वाजवणारे त्या एकूण नादब्रह्मात दंग होऊन गेले होते. त्यांच्याकडं पाहात, भजन ऐकत त्या प्रेताबरोबर आलेले अनेकजण आपला वेळ घालवत होते. सुरांशी सूर जमून, त्यांच्याशी क्षणभर मनं जमवून तंद्री लागत होती. वेळ बरा जात होता– ती मंडळी ज्या प्रेताबरोबर आली होती, त्या प्रेताची नातेवाईक मंडळीही त्या भजनाशी आपला काहीच संबंध नाही अशा वृत्तीनं

सरण रचण्यात, प्रेत वर ठेवण्यात, ज्याला सुतक आहे त्याला अग्नी द्यायला सांगण्यात, रडण्यात, प्रेताभोवती फेऱ्या मारण्यात गुंग होऊन गेली होती...प्रेतं आपल्यात गुंग होऊन गेली होती.

नवीन प्रेतं येत होती. गर्दी वाढत होती. प्रेतांबरोबर जित्या माणसांचीही गर्दी वाढत होती. जुनी राख बाजूला सारून नव्यासाठी जागा करण्याच्या उद्योगात अनेकजण गुंतले होते...मनं भरून येत होती...कामंही खोळंबली आहेत याची जाणीव प्रत्येकाच्या मनात वसत होती. जो तो आटपण्याची वाट बघत होता...ह्या सगळ्या गडबडीत प्रेतांनाही ढीगभर संस्कारांनी जेरीला आणलं होतं...पण तसं केल्याशिवाय त्यांच्या नातेवाइकांच्या आत्म्याला जिवंतपणी शांतताही लाभणार नव्हती. प्रेतांचे तिरड्यांवरचे डोळे आभाळाकडं लागले होते; पण संस्कारांच्या गडबडीत नि उद्योगात त्यांच्याकडं कुणाचंच लक्ष नव्हतं.

नदीच्या पलीकडच्या पुलावरून जाणारा रस्ता माणसांनी आणि वाहनांनी भरून वाहत होता. इमारती उभ्या होत्या. रंगीतरंगीत वस्तूंची दुकानं दिसत होती. रंगीत कपडे, रंगीतरंगीत साड्या. मोटारींचे विविध रंग. विविध आवाज. मोठी घाई चाललेली. धावणारी चक्रं. माणसं एकमेकांच्या उलट-सुलट दिशेला चाललेली. सगळी जित्यांची गर्दी...नदीच्या अलीकडं असलेलं हे स्मशान. तिथं त्यांचाच शोक आणि आक्रोश. एका रांगेनं सगळी प्रेतं मांडलेली. पेट घेतलेली. काहींच्या राखेला पिंडदान...त्याला कावळ्यांनी शिवावं ही अपेक्षा. त्या अपेक्षेनं सगळ्यांचे डोळे कावळ्यांकडं लागलेले. जवळच नदीचं पाणी पीत उभी असलेली, प्रेतांच्या अग्नींच्या झळांनी काळपट पडत गेलेली, तरीही जगणारी, उंच झाडं. त्या झाडांवर कावळ्यांचे थवे रोज येऊन बसणारे. पाच-पंचविसांचा थवा करून प्रेतांच्याही अगोदर येणारे. चार-पाच झाडं. चार-पाच झाडांवर चार-पाच थवे. कावळा एकटा जरी उडाला तरी ह्या थव्यातून त्या थव्यात जात नव्हता. प्रत्येकानं आपआपला थवा आपआपल्या ओळखीचा करून घेतलेला. कदाचित प्रत्येक थव्याचेही काही काही नीति-नियम असतील. त्याशिवाय त्यांच्या अशा संघटना असणं शक्य नव्हतं– ते पिंडांना शिवत होते. झडपेनं त्यांच्यावर पडत होते. स्पर्श करून प्रेताला मुक्त करत होते आणि जित्यांना निर्धास्तपणे घरी पाठवत होते. आठवणी काढत माणसं घरी जात होती. आठवणीसाठीच पुन्हापुन्हा रडत होती...

अर्ध्या-पाऊण तासानं जाधवसाहेबांच्या आईच्या सरणातून फट करून आवाज आला नि सगळ्यांनी तो प्राण एकवटून आपल्या कानांनी ऐकला. सगळे मुक्त होऊन आळस झटकत उठले. हळूहळू पाय उचलू लागले.

जाधवसाहेब वर आल्यावर सगळे जायला निघाले.

"सरणाची राख हुईस्तवर साहेब, मी थांबतो हितं. तुम्ही जावा. काय काळजी

करू नका.''

मोठ्या निष्ठेनं पानवळ सरणाजवळ थांबला. जाधवसाहेब त्याच्याकडं मोठ्या कृतज्ञतेनं पाहत भावंडांना घेऊन चालले.

प्रत्येकाला आपलं घर, जेवण, आपली बायकामुलं दिसू लागली. कुणी आपल्या गाड्या घेतल्या. कुणी बसीस धरल्या. कुणी रिक्षा केल्या...पुलापलीकडच्या गर्दीत गर्दी विलीन होऊन वाहू लागली. प्रेतं आता आरामात जळू लागली.

❖

एका गाडीतील प्रवासी

गाडी स्टँडला लागली. गर्दी विशेष नव्हती; म्हणून मी चटकन गाडीत जाऊन पहिल्या बेंचच्या सीटवर सर्व लोकांकडे तोंड करून एका खोपड्यात बसलो. हातात मासिक होतंच. चाळा म्हणून जाहिराती, विनोद वाचू लागलो...गाडी भरू लागली.

वेळेप्रमाणे पाच-सात मिनिटं राहिली होती. एक नुकतंच लग्न झालेलं जोडपं गाडीत चढलं. तिच्या अंगावर बरेच दागिने होते. पिवळेजर्द. हातात हिरवा चुडा, जाणवण्याइतका गडद भरलेला. करता येईल तेवढ्या भारी किंमतीचं मंगळसूत्र केलेलं. कानात खड्यामोत्यांची फुलं. हातात झगमगणाऱ्या नवाटीचे तीन तीन बिलवर, बोटांत दोन अंगठ्या...डोक्यावर पदर सावरण्याचा प्रयत्न; पण तो पुन्हा पडेल अशा बेतानंच सावरला जाणारा. त्या पदराच्या मखरात तिचा नटलेला चेहरा. दिसायला ती फार सुंदर वगैरे नव्हती. पण अंग घाटदार भरलेलं. ऊर गच्च, घुमटासारखं उभार, निमुळतं होत गेलेलं. कमरेचा बारीकपणा लक्षात येणारा. पातळ अंगाबरोबर नेसलेलं. रंग किंचित सावळा तरी नाक, डोळे नीटस रेखीव. डोळ्यांतील मादकता मन वेधून घेणारी.

त्याच्या डोळ्यांवर चष्मा. अंगात चॉकलेटी रंगाचा कोट. तसलीच पँट. लग्नातला आहेर तसाच अंगावर ठेवलेला. डोक्याच्या मध्यावर नुकताच चंद्र गोलाकार घेताना दिसला...मला उगीच हसू आलं.

दोघे येऊन रिझर्वेशनचे नंबर बघून उभे राहिले. एक नंबर एका बेंचवर आणि दुसरा शेजारच्या बेंचवर. ती नाराज झाली.

"काय करायचं हो?"

"पंचाईत झाली."

दोघेही एक मिनिटभर उभी राहिली. तिची अपेक्षा अशी की, शेजारच्या टायवाल्या माणसानं आपली सीट बदलून घ्यावी. पण तो इंग्रजी वर्तमानपत्र वाचत गंभीरपणे खाली बघत बसलेला.

मिनिट गेल्यावर तिनं नवऱ्याला हळूच सुचवलं.

"त्यांना विनंती करा."

"तूच कर. तुझं ऐकतील." मला आणखी हसू.

"तुम्ही तिकडं बसता का?" तिनं उतावळेपणाने लगेच विनंती केली. टायवाल्यानं

तिच्याकडं पाहिलं. क्षणभर तो इकडं-तिकडं बघू लागला. मीही त्याच्याकडे बघू लागलो. ती दोघं आता तो उठणारच अशा खात्रीच्या भावनेनं जागा व्यापण्याच्या पवित्र्यात उभी राहिली.

...त्याला उठावं लागलं. दुसऱ्या बेंचवरची जागा त्याला दाखविली, नि ती दोघं दोन सीटवरच्या बैठकीवर हरखून बसली. ती खिडकीशेजारी नि तो तिच्या शेजारी. बसल्यावर दोघे एकमेकाला खेटून स्थिर झाली. त्यांचं जाणवण्याइतकं खेटून बसणं बघून मी त्यांच्यावरची दृष्टी काढून घेतली. प्रौढपणा सांभाळत मासिकात बघू लागलो, पण मनात खोलवर कुठं तरी चुळबूळ सुरू झाली.

''ताई, मिळाली का जागा?'' खालून आवाज आला नि माझी दृष्टी तिकडं वळली.

''मिळाली मिळाली.'' तिनं खिडकीकडं बघत सांगितलं.

''ही बॅग?'' त्याच्या हातात एक जाड बॅग होती. ती काही खिडकीतून येण्यासारखी नव्हती.

''वरती आण ना.'' ताईनं त्याला सुचवलं.

तो वरती आला नि त्यानं त्यांच्या पायाखाली ती सारून दिली. तसाच सीटच्या टेकणाला टेकून ताईकडं बघत सहज हसत उभा राहिला.

''वेळ किती झाला गं?'' त्यानं कोरडेपणानं ताईला विचारलं.

''तीन वाजून चार मिनिटं झाली. वास्तविक गाडी सुटायला पाहिजे.'' अधीरतेने ती त्याला बोलून गेली. जरा सावरून बसल्यागत झाली.

''कंडक्टर तर अजून दिसत नाही.'' तो इकडं-तिकडं बघत म्हणाला. निवांतपणे तिथंच उभा राहिला...नवरा सात्त्विक चेहरा करून माझ्याकडं बघू लागला.

''सगळे कंडक्टर मेले असेच!'' तिचा सहजोद्गार. भाऊ हसला. ''सरकारची एस्टी. सरकारचा कारभार तुला माहीतच आहे...'' त्यानं आपला एस्टीचा अनुभव सांगायला सुरुवात केली. तिनं तो मख्खपणे ऐकला. मग त्यानं सरकारचा कारभार गलथान कसा असतो, यासाठी वर्तमानपत्रांतल्या लेखांचा सारांश सांगायला नेटानं सुरुवात केली...त्याला वाटत होतं, गाडी सुटेपर्यंत तिची काहीतरी करमणूक करावी...तिचा नवरा आता एस्टीचं आतील अंग न्याहाळू लागला होता.

ती न बिलगता सरळ बसली होती. भाऊला घरी जाण्याविषयी तिनं मोठ्या प्रेमानं सुचवलं.

''जा वाटलंच तर तू आता. आम्ही जातो. आमची नको काळजी करू.''

''मी नंतर जाईन. काही गडबड नाही मला.'' त्यानं कर्तव्यभावनेनं सांगितलं. कोरडेपणानं तो तिच्याशी पुन्हा गप्पा मारू लागला.

त्याच्या बोलण्याकडं लक्ष न देता तिनं आपल्या नवऱ्याला पैसे द्यायला

सांगितलं. त्यानं ते तिच्याकडेच दिले.

"भाऊ, हे पैसे घे आणि कंडक्टरकडनं तिकिटं घेऊन ये."

त्यानं मान हलविली नि तो खाली गेला. ती पुन्हा बिलगून बसली. माझी दृष्टी खाली झाली. तरी माझ्या डोळ्यांच्या कोपऱ्यात सगळं घुसू लागलं. नवऱ्यानं आपल्या जाड चष्म्यातून तिच्याकडं एकदा पाहिलं. तिनं ती संधी घेतली आणि त्याच्या जाड चष्म्यातून त्याच्या डोळ्यांत आपली दृष्टी भरू लागली. तिथल्या तिथंच जवळ सरकली...

...पाठीमागं बसलेल्या दोन तरण्या पोरांतील एकाला खोकला आला. माझी दृष्टी एकदम वर झाली नि त्या मुलांकडं गेली. तिनं किंचित् मागं वळून पाहिलं. नवऱ्यानंही किंचित् मागं वळून पाहिलं नि गडबडल्यागत होऊन सरळ बसला.

आतापर्यंत ती दोन पोरं माझ्या लक्षातच आली नव्हती. मी त्यांच्याकडं पाहिलं...भरलेल्या शरीराची. मिसरूड फुटलेली. उमदी. साचून राहिलेली अंगातली सगळी रग त्यांच्या बेछूट चेहऱ्यांवर दिसत होती. केसांत बेदरकारपणा पसरला होता.

"सालीनं लायसन्स काढलं वाटतं?" एकजण.

"काढलं तिच्या आय्ला! गेली मधनंच कॉलेज सोडून सोट्याबरोबर. वर्गातली पोरं बसली बोंबलत." दुसरा बोलला नि तोंडात बोर टाकून हसत बसला.

ते दोघेजणं बोरं खात होते. खाल्लेल्या बोरांच्या बिया बंदुकीच्या गोळीगत सटकन् टाकत होते. सगळी नजर अप्रत्यक्षपणे पुढच्या जोडप्यावर होती. ते तिच्या नवऱ्याच्या लक्षात आलं असावं. आसपासच्या लोकांकडं त्याचं अवधान लागलं. ती त्याच्यावरच सगळा जीव ठेवून काही तरी बोलू लागली. त्याच्यात रमू लागली.

भाऊ आला.

"कंडक्टर म्हणतो गाडीत आल्यावर तिकीट देईन."

ती पुन्हा सावरली. भाऊनं तिच्या हातात पैसे दिले.

"तीन वाजून दहा मिनिटं झाली, तरी गाडीत ड्रायव्हर-कंडक्टर नाहीत. सगळं तिथल्या तिथं असूनसुद्धा गाड्या वेळेवर सोडायला काय होतं मेल्यांना!" तिचा वैताग.

भाऊ हसला. नवऱ्याचं तिच्या बोलण्याकडं लक्षच नव्हतं. भाऊला बोलायला काहीच विषय सुचेना. तो कर्तव्य-कठोरतेनं मध्येच उभा राहिला.

ती अलग होऊन अवघडून बसली होती. खिडकीतून नजर बाहेर भिरभिरली.

"हे बघ", तिला एकदम सुचलं. "थोडे शेंगदाणे घेऊन ये. तो मुलगा त्या गाडीच्या भोवतीनं फिरतो आहे."

भाऊनं गाडीतूनच वाकून बघितलं. त्याला मुलगा दिसला.

"येईल इकडं तो."

"अरे, कुठला येतोय तो? गाडी सुरू व्हायची वेळ होऊन गेलीय. एखाद्या वेळेस लगेच सुटेलही. जाऊन लौकर आण ना तू. हे घे पैसे." तिनं पर्स उघडली नि ती तिच्यात बघू लागली.

"नको, पैसे आहेत माझ्याजवळ."

...भाऊ परत दाराकडं.

तो खाली गेल्यावर नवऱ्याला म्हणाली, "आपणांला बुवा अशा प्रवासाचा तिटकारा येतो."

पाठीमागच्या एका पोरानं मोठ्यानं जांभई दिली. सगळ्या एस्टीचं लक्ष त्या पोराकडं गेलं. आसपास बसलेल्या लोकांत खसखस पिकली. मला हसू आवरेना. ...तिचा नवरा जाग्यावर उठून उभा राहिला. त्याचा चेहरा खाली उतरत गेला नि तिचा चिडखोर झाला.

"मलाही कंटाळा आलाय. तू बैस. प्रवासात काहीतरी वाचायला वर्तमानपत्रं घेऊन येतो." तो दूर जाऊही लागला.

"नको. तुम्ही बसा. भाऊ येतो आहे; तो आणील. गाडी एकदम सुरू झाली म्हणजे?"

वाकून बाहेर बघत तो उभाच राहिला.

"बसा ना तुम्ही. वर दांडी लागेल तुम्हांला."

नाइलाजानं बसला.

घाईघाईनं एक तरुणी गाडीत चढताना दिसली. माझं लक्ष गेलं.

इकडं-तिकडं जागेची शोधाशोध करत ती मधल्या वाटेनं पुढं आली. माझ्या बेंचवर पाच-साडेपाच माणसं होती. साडेतीन वर्षाचं एक मूल खिडकीशेजारी एका बाईनं बसवलं होतं.

तरुणी बेंचसमोर येऊन उभी राहिली. हातात लहानशी बॅग. दुसऱ्या हातात रविवारच्या वर्तमानपत्रांच्या बऱ्याच घड्या नि मासिकाचा एक अंक. वय पस्तिशीच्या आसपास. डोळे, गाल आत ओढलेले. हडकुळी. तोंडावर मुरुमाचे डाग पडलेले. त्यामुळं चेहरा किंचित् चरबरीत झालेला.

"बाई, त्या मुलाला सरकवून घेता का?" तरुणी.

"त्याला अडचण होईल." बाई.

"नको. त्याला मांडीवर घे. सहा माणसांची जागा आहे. नाहीतर त्याचं अर्धं तिकीट काढावं लागेल." बाईचा जागरूक नवरा.

बाईंना तो व्यवहार चटकन् पटला. त्यांनी मुलाला मांडीवर घेतलं नि खिडकीशेजारी त्या स्वत:च सरकल्या. जागरूक नवऱ्याला आपल्या शेजारी सरकायला सांगितलं

नि आलेल्या तरुणीला जागा करून दिली. बेंचाखाली बॅग सारून ती बसली.

तिचे पांढरे पांढरे डोळे नि किंचित् वर आलेले दात पाहणाऱ्याच्या डोळ्यांना सारखे जाचत होते. तिच्या शरीराला त्यांनी काहीशी विद्रूपताच आणली होती.

कामसू भाऊ आला. दोघांना दोन शेंगदाण्याचे पुडे देऊन उभा राहिला.

"हे बघ, असं कर. पटकन् जा नि प्रवासात वाचायला काही तरी घेऊन ये, हे घे पैसे." तिनं शेंगदाणे घेऊन हातात तयार ठेवलेली नोट त्याला दिली.

"काय आणू?"

"काय आणू दे हो?"

"काहीही चालेल. वाचायला झालं म्हंजे झालं."

"फिल्म केसरी आण." तिची सत्वर सूचना. भाऊ पुन्हा खाली.

...माझं लक्ष मासिकात अजिबात नाही. कान सारखे तिकडे.

"खरंच हो. कधी एकदा घरात जाऊन पडेन असं झालंय." 'खरंच हो' का ते कळलं नाही.

तो शांतच. तिच्याकडं त्यानं फक्त एकदा बघितलं.

खिन् खिन् खिन् खिन् खिन् खिन्.

घंटी झाली. ती खूष झाली. प्रवासी सावरून बसले. मी कंडक्टरकडं पाहिलं. ...माझा एकाकी प्रवास आता सुरू होणार.

"कोण राहिलंय का?" कंडक्टरचा पुकारा.

कुणी काही बोलले नाही. मीही गप्पच. ...माझी मुलं, सौभाग्यवती राहूनच गेली होती.

"गाडी सुटणार आता. आता भाऊच वाचू दे फिल्म केसरी." तिची गाडी सुटण्याविषयीची उत्सुकता नि नवऱ्यासाठी केलेला ताजा विनोद.

"अजून ड्रायव्हर आला नाही." नवऱ्याची सात्त्विक माहिती. तिचा किंचित् विरस.

कंडक्टरनं दार धाडकन् लावून घेतलं. गाडी बंद... आता सुटणारच.

भाऊ खाली खिडकीजवळ धावत आला.

"ताई, हे घे." साप्ताहिक सुपूर्द.

ड्रायव्हर तोंडात मसाला पान कोंबत गाडीत चढला.

खिन् खिन्... अज्ञात नियतीचे दोन थेंब पडल्यासारखे झाले नि काचेच्या डोळ्यांची एस्टी आंधळेपणाने मला कोल्हापुरापासून दूर घेऊन जाऊ लागली.

आता या संसाराचं काय करायचं, हा प्रश्न पडला होता. पदरात दोन मुलं निसर्गक्रमानं आलेली. नोकरी लागून तीन-चार वर्षं झाल्यावर वाटलं होतं, आता लग्न करायला हरकत नाही. ते केलं नि नवव्या वर्षी खाजगी नोकरीला मुकलो.

पुष्कळ अनपेक्षित घडलं... आता नव्या नोकरीचा शोध... ती कुठं मिळणार होती? मुक्काम कुठं टाकायचा?... संसार कुठं ठेवायचा उद्या कुठं स्थिर व्हायचं? सगळं अनिश्चित... तरी एका चिवट आशेनं पुण्याला चाललो होतो... काय होईल ते होईल. उगीच चिंता करायची नाही. आनंदी राहायचं. कुणी उपाशी मरणार नाही...

तिचा ओसंडणारा आनंद चेहऱ्यावर दिसला... ती गाडीवर खूष.

''अच्छा ताईऽ.''

तिचं लक्षच नाही. त्यानं तिचं भावाकडं लक्ष वेधलं. तिचा हात खिडकीच्या बाहेर अर्धाअधिक गेलाही.

''अच्छाऽऽ!'' सावळ्या कांतीचा उन्मादक हात.

''हात आत घ्या बाई.'' कंडक्टरचा तिकिटं टोचणारा आवाज.

...माझी नजर बस थांबलेल्या ठिकाणी गेली. रिकाम्या जागेवर भाऊ एकटाच. तो जाणाऱ्या बसकडं काहीशा निराशेनं, चेहऱ्यावर हासू आणून बघत होता. ...ती आता निर्धास्तपणे पक्की बिलगून बसली. पाठीमागं एकदाही न बघता. पाठीमागं सरत जाणाऱ्या बसपुढच्या रस्त्यावर तिची नजर समोरच्या खिडकीतून क्षणभर खिळली. बसच्या वेगाचा अंदाज रस्त्याच्या गतीवरून घेऊ लागली. ...गाडी चालली. प्रवास तर सुरू झाला.

शहर संपल्यावर गाडीनं पुरा वेग घेतला. घरघरता आवाज बसमध्ये एकसारखा भरू लागला. आतापर्यंतचा सार्वजनिकपणा त्या आवाजानं संपला नि प्रत्येकाला बोलण्यापुरता तरी खाजगीपणा लाभला. जो तो आपल्या जवळच्याशी बोलण्यात किंवा आपल्यात विलीन होण्यात गुंतला. ...मला अजूनही काय करावं ते सुचत नव्हतं.

गाडीनं वेग घेतल्यावर तिला बरं वाटलेलं दिसलं. केस खिडकीतून येणाऱ्या वाऱ्यानं मागे उडू लागले. त्यांनाही एक गती आल्याचा भास झाला. धुंदपणानं तिनं डोळे मिटले. पाठीमागं रेलली.

...एक हात हळूच नवऱ्याच्या मांडीवर सरकला नि त्याला ती आणखीन खेटून बसली. नवरा आता निर्धास्तला. आपला डावा हात त्यानं टेकण्याच्या दांडीवर ठेवला नि आपली कूस तिला मोकळी करून दिली. खुशीत येऊन ती आणखी जवळ सरकली. मादकपणात किंचित विव्हळली. मांडीवरचा हात गच्च करत आणखी जवळली. मिटलेल्या डोळ्यांवर तृप्तीचं हास्य. मनोमन लग्न झाल्याचा जयघोष चाललेला. चेहऱ्यावर त्याच्या उबेत असल्याचं समाधान तुडुंबलेलं.

...माझं मन उगीचच अस्वस्थ होऊ लागलं. मी नि माझ्या बेंचवरची चार-पाच माणसं तिच्यासमोर असताना त्यांना न जुमानता ती त्याला बिलगली होती. हातानं मांडी गच्च धरत बोटांचे चाळे करीत होती. त्यानं मांडीवर मांडी घेतली नि तिचा

हात दोन मांड्यांच्या मध्ये गच्च पकडून धरला. मला ते बघणं अपराधीपणाचं वाटू लागलं. मासिकात मी मान कोंबली. पण तिथंही मन रमेना. एकाग्रच व्हायला तयार होईना. कानही तिकडेच लागलेले. तरीही वाचनात रमू इच्छित होतो आणि तरीही अस्वस्थ होत चाललो होतो.

घटकाभर वाचनाचा प्रयत्न केला. मनाला बांधून ठेवू लागलो, पण ते उधळलंच. मासिक बंद केलं. सीटवर किंचित तिरका बसलो नि बसमध्ये सभोवर दृष्टी फिरविली. बहुतेक माणसं दुपारच्या डुलक्या घेण्याच्या तंद्रीत होती. डोळे ऊन-वाऱ्याच्या सपकाऱ्यानं बसच्या हादऱ्यानं नि वेगानं पेंगुळत होते. माना झोपेसाठी डुलत होत्या. सगळ्यांवर गुंगीची छाया पसरलेली. त्या दोन पोरांनीही बोरे संपवलेली. काही तरी ओसरत गेलेल्या गप्पा मारत ती अधून-मधून त्या जोडप्याकडं बघत होती. त्यांच्या टवाळखोरपणाला शेवटी तिनं भीक घातली नाही. नवऱ्याची ऊब आपल्या स्वाधीन पूर्णपणे करून घेतली.

दृष्टी फिरता फिरता माझ्या शेजारच्या इसमाच्या पलीकडं बसलेल्या त्या तरुणीवर वळली... तिला कळणार नाही अशा बेतानं मी तिच्याकडं बघू लागलो. तिनं रविवारचं वर्तमानपत्र उघडलेलं. उन्हानं, बसणाऱ्या हादऱ्यानं, वेगानं, कशानंच तिला झोप येत नव्हती. झोप कायमची उडाल्यासारखे डोळे. त्यांचा प्रेतासारखा पांढरेपणा विशेष जाणवणारा. वर्तमानपत्र उलगडलं होतं, पण मन वाचनात नव्हतं. मजकुराची कागदी चव घेऊन ते जागच्या जागी सोडून देत होतं... तिला हवा असणारा मजकूर कुठंच मिळत नव्हता.

डोळे पेंगुळते असल्यासारखे ठेवून मी सगळं पाहत होतो. बघता बघता कुठल्या तरी बातमीवर झडप घालून ती वाचू लागली. इकडं जोडप्यातली ही अंऽऽ करून झोपेतल्यासारखी विव्हळली. तरुणीचं वाचनातलं लक्ष उडालं. वर्तमानपत्र किंचित वर धरणारे हात खाली करून ती त्यांच्याकडं पाहू लागली. जोडप्यातल्या तिचा उरावरचा पदर किंचित सरकलेला. ब्लाऊझच्या दोन्ही उभार भागांनी तयार झालेल्या मधल्या सखलात मंगळसूत्र. आसपासचा उरोप्रदेश ज्याच्या मालकीचा व्हायला पाहिजे होता, त्याच्या मालकीचा झाल्याच्या आनंदात ते तिथं पहुडलं होतं.

तरुणीचे पांढरे डोळे जास्तच पसरले. ओठ किंचित विलग होऊन दात जास्तच पुढे आले. तिच्या डोळ्यांत एक अनामिक उपाशीपणा खोल खोल जाणवला. ओठांजवळ आलेला घास कुठेतरी निघून गेल्यागत ओठ तिथंच स्थिर होऊन राहिलेले. दोघांच्या त्या अवस्थेकडे ती तशीच पाहत राहिली. त्याचा टेकणाच्या दांडीवरचा तिला कवेत घेण्याच्या इराद्याने वर थांबलेला हात. तिची त्याच्या कुशीत गेलेली मान. हात भरून हिरवा चुडा. लग्नाची अंगावरची कांती. स्पर्शाने आणखी स्पर्शासाठी प्रज्वलित झालेली दोन शरीरं एकत्र, घनिष्ठ.

मान खाली लवून मी झटक्यानं वर घेतली नि डुलकीच्या तंद्रीतून उठल्यासारखे डोळे उघडले. तिच्याकडं पाहू लागलो. ती संकोचली. वाट पाहणाऱ्या मोकळ्या गळ्याच्या भोवतीनं असलेला पदर तिनं जास्त आवळून घेतला. थकलेल्या नि फुलून फुलून सुकत चाललेल्या उराला पदर ओढून जास्तच आवळलं. दीर्घ श्वास टाकून कोरडे ओठ बंद करण्याचा प्रयत्न केला. खाली बघून पुन्हा कागदाची चव घ्यायला सुरुवात केली... असं काही वाचू लागली की तिच्यापुरतं हे जग संपलेलं आहे. आपणाला काही झालं तरी वाचत राहायचं आहे. आपल्यापुरती फक्त वाचनाची चव घ्यायलाच परवानगी आहे... कल्पनांचं विश्व आणि त्यात कल्पनेचं जगणं.

टायवाला कधीच गॉगल घालून झोपी गेला होता. त्याच्याजवळ बसलेल्या दाढीवाल्याची तीच अवस्था होती. त्याच्या पलीकडं एकजण लुकडा बसलेला होता. डोळे सताड उघडे. पाय वर घेऊन तो वाढलेल्या दाढीचं दाढवण एका हातानं खाजवत होता. डोळे त्या तरुणीवर खिळले होते. आपण तिच्याकडं एवढ्या धीटपणानं आणि सतत बघतोय याचा परिणाम काय होईल याची त्याला मुळीच फिकीर नव्हती. पाच-सहा दिवसांची दाढी. डोक्यावर भरपूर वाढलेल्या केसांना तेलही कधी मिळालं नव्हतं. अंगात पांढरा मळका शर्ट. एका बाहीवर मशीनने शिवलेला. विजार खूपच मळलेली. तिचा उजवा पाय सायकलच्या चेनमध्ये खूप वेळा गावलेला असावा. त्या पायाच्या तळात चिंध्या झालेल्या होत्या. चेनच्या दात्यांचे काळे डाग आडवे-तिडवे ओळीनं उठलेले. मी त्याच्याकडं बघतोय हे त्याच्या लक्षात आलं. तरी त्यानं त्या बाईवरचे डोळे काढले नाहीत. तरुणीच्याही ते अगोदर लक्षात आलं असावं. ती अधूनमधून त्याच्याकडं बघत होती नि वर्तमानपत्र उंच धरून मधे आडोसा निर्माण करत होती... एखादं मांजर चिमणीवर टपून बसतं नि झडप घालण्याच्या अचूक वेळेची वाट बघतं, तशा दृष्टीनं तो तिच्याकडं बघत होता. उपाशी माणसाला लाडू-पेढ्याची काचेपलीकडची ताटं दिसावीत तसं त्याचं लाळ गाळणारं मन... बघितल्यावर वाटत होतं की याला जगात कोणी नसावं. याचं कोणतंही नातं शिल्लक नसावं. एकटाच असेल. एकटाच प्रवास करत कुठंतरी चालला असणार. प्रवासाचं त्याला काही विशेष वाटत नसावं.

येथून तिथपर्यंत आलो ही गोष्टच त्याला मान्य नसावी. कारण इथंही एकटाच नि तिथंही एकटाच. फक्त जागा नि गावं बदलायची... हा काय प्रवास? हे जगणंही नाही. जगताना काही तरी घडत असतं. कौमार्यात शिक्षण मिळतं, तरुणपणात लग्न होतं. प्रेम करायचं असतं. जीवनातलं अत्यंत गोड आणि उत्कट सुख या काळात मिळतं. मग संसार करायचा असतो. मुलंबाळं होतात. कुटुंबात नाती निर्माण

होतात... आपण बाप होतो. सासरा होतो. आजोबा, पणजोबा अशी नात्यांची परंपराच निर्माण होते... प्रवासात किती किती होतं हे. एकातून किती नाती निर्माण होतात... एका झाडाला अनेक फळं. फळातून झाडं. झाडातून फळं. याला निसर्ग म्हणतात. त्यांतलं एकही नातं याला नाही. हा नुसता कोरडा जगत चाललाय. नुसतं वांझ खोड... आणि ही? हीही कोरडीच... का हे असं? भोवतीनं जगाचा समुद्र किती पसरलाय? त्यात राहूनही असं कोरडं!

मला एक कल्पना सुचली. तिचं एक रविवारचं वर्तमानपत्र घ्यावं. त्याचा मधे अंतरपाट करावा नि या इथंच एस्टीत यांना उभं करून यांचं लग्न लावावं... मंगलाष्टका येत नाहीत म्हणून काय झालं? 'जा मुली जा दिल्या घरी तू सुखी राहा' भावगीतच मंगलाष्टका म्हणून गायचं. कुणाजवळ तरी चुरमुरे-फुटाणे असतीलच; त्यांच्या मंगलाक्षता उधळायच्या. लग्न लावायचं नि यांना एका बेंचवर शेजारी शेजारी बसवायचं... ह्या ह्या ह्यांच्यासारखं. गाडी कुठल्या तरी गावात थांबेलच. तिथं सर्वांना चहा द्यायचा.

...पण लग्न एवढं सोपं नसतं महाशय. फार अडचणी असतात. वर्तमानपत्रातल्या जाहिराती पाहिल्यात का? 'वधू बी.ए. वर इंजिनिअर हवा, डॉक्टर हवा.'... मग वधू फक्त बी.ए च का?... कारण तिचा बाप हुंडा देणार आहे. म्हणून नवरा डॉक्टर, इंजिनिअर, वैमानिक हवा. मग वधूला बंगला, मोटार, विमान मिळेल. तिला त्यातच धन्यता. मग नवरा पुरुष नसला तरी चालेल... नुसत्या पुरुषाला काय चाटून खायचं आहे? आणि सुंदर नसेल तर स्त्रीला तरी काय चाटून खायचं आहे. स्त्री कशी सुंदर सुंदर बाहुलीगत पाहिजे.

गाडीला एकाएकी ब्रेक लागले. गचकन मला हिसका बसला नि मी भानावर आलो. मला न कळत कधी डुलकी लागली होती, याचा पत्ता जाग आल्यावर लागला. डुलकीत त्यांचं ठरलेलं लग्न मी जागा होताच मोडून टाकलं.

हिसक्यानं सगळी बसच जागी झाली. बस स्टँडला लागली होती. बसचं दार उघडून कंडक्टर खाली गेला नि आळस झाडत सगळी माणसं उठली. पावणेपाच वाजायला आले होते.

बरीच माणसं खाली उतरली. अंगातला कढ घालवत समोरच्या हॉटेलात घुसली. जोडपंही जोडीनं हॉटेलात घुसलं. टायवाला, दाढीवाला, पाठीमागची ती पोरं आपआपल्या बॅगा घेऊन उतरली होती. त्यांनी जाताना लांबून त्या जोडप्याला बाय बाय केलं. माझ्या बेंचवरची ती नवरा-बायको नि तिचं मूलही उतरले.

हॉटेलात त्या दोघांनी मसाला घावन नि त्यावर दोन खास स्पेशल कॉफी मागविली.

मुलांची, दूर गेलेल्या घराची आठवण काढत मी जागेवर आलो. वर्तमानपत्रवाली

तरुणी बसमधून उतरलीच नव्हती. दाढीवाला तो इसम माझ्यासमोरच चहा पिऊन तळात चिंधडलेली विजार सावरत बसच्या दारापाशी येऊन विडी ओढत होता. ते जोडपं हातात वेफर्सची पाकिटं घेऊन आलं. तिनं हॉटेलमध्ये तोंड धुऊन घेतलेलं दिसलं. तोंडावर नव्यानं पावडर पसरलेली. तो केसावरून हात फिरवत पुढं चढला नि त्याच्या मागोमाग ती आली.

त्यानं फिल्म केसरीचा अंक आत्ता उघडला. ती त्याच्याजवळ बसून काही तरी घरगुती बडबडू लागली. वाचता वाचता त्यानं कॉलर सरळ केली. ती तशी सरळ केल्यावर पुन्हा तिनं सहज सरळ केली.

...त्यांचे चाळे पाहण्यात माझा वेळ चालला.

पाठीमागच्या सीटवर कोणतरी दोघेजण येऊन गप्पा मारत बसले. त्यांच्या मागोमाग एक खानदानी जोडपं नि त्यांची आठ-दहा वर्षांची दोन गोंडस मुलं वर चढली. नवरा-बायको दोघेही चाळीशीच्या आसपास. बाई गोऱ्या आणि सुंदर. पण सौंदर्यापेक्षा प्रौढपणावर त्यांचं लक्ष राहिलेलं. सौंदर्य आपलं अंगावर राहून गेलेलं. त्यांचा उजळ रंगाचा तगडा नवरा नि मुलगा टायवाल्याच्या नि दाढीवाल्याच्या जागेवर बसले. बाई आपल्या मुलीसह तरुणीच्या पलीकडे रिकाम्या जागेवर बसल्या.

सगळ्या गाडीचं लक्ष बाईंच्याकडं गेलं. माझीही दृष्टी त्यांच्यावर रेंगाळली. समोरचं जोडपं बाईच्या सौंदर्यामुळं नि आगमनापुढं अगदीच फिकं वाटलं.

गाडी सुरू झाली.

"प्रेमा, खिडकीतनं हात बाहेर काढू नकोस. नुसतं पाहायचं." बाईंचं लक्ष मुलीवर होतं. तिच्याबरोबर बाहेर झाडीकडं, पसरलेल्या हिरव्या मळ्याकडं त्या पाहू लागल्या... समोर एक नदीचा नवा पूल बांधायचं काम चाललेलं होतं. मुलानं वडिलांना काही विचारलं. त्याला त्यांनी सविस्तर सांगायला सुरुवात केली... त्यांच्या चेहऱ्यावर एक प्रगाढ समाधान होतं. डोळे स्नेहल झाले होते. बाई थंड आणि प्रसन्न वाटत होत्या. बांधा स्थूल असला तरी शांत होत्या. खूप भोगून निवळ-नितळ झाल्यासारखा चेहरा. दोघांचीही शरीरं शांत, कांतिमान आणि वत्सल वाटत होती. बाईंच्या सौंदर्याविषयी मला आदरच वाटला नि मनात सगळ्या कुटुंबाविषयीच स्नेहभाव, जिव्हाळा निर्माण झाला. पुन्हा पुन्हा त्यांचं सौंदर्य पाहावंसं वाटलं. पण असं पाहणं म्हणजे त्या सौंदर्याचा वासनेनं केलेला अपमान होईल, असं वाटून मी दृष्टी वळवली.

त्यांच्या नवऱ्याच्या शेजारी बसलेला तो मळका दाढी वाढलेला त्या बाईकडं न पाहता त्या तरुणीकडंच पाहत होता. मला त्याचं आश्चर्य वाटलं. त्याची नजर पूर्वी होती तशीच गच्च ठोकलेली.

"पुढं सरक म्हटलं न्हवं, म्हाताऱ्या?"

पाठीमागनं कंडक्टरनं वरच्या आवाजात सांगितलं.

म्हातारा नि त्याच्या मागोमाग त्याला खेटून बसलेली म्हातारी हळूहळू टेकणांच्या दांड्या धरत पुढं आली नि पुढच्या बेंचजवळ बसता बसता त्याच्या अंगावर कोलमडली. म्हाताऱ्याचा तोल समोरच्या तरुण जोडप्याच्या बाजूनं गेला नि त्यातली 'ती' हळूच 'ईऽ' करून किंचाळली. अंगावर पाल चढावी तसं तिला वाटलं.

म्हातारा-म्हातारी त्यांच्याकडं बघत एकमेकाला सावरत खाली बसली. त्यांना जवळजवळ शरीरं नव्हतीच. हाडांचे नुसते सांगाडे. अंगावर जराही मांस नाही. एकमेकांशी पायदळी बसलेली. काय बोलत होती काही कळत नव्हतं. पण कोकरांसारखी एकमेकाला बिलगून बसली होती... शरीरं नसतानाही त्यांचा एकमेकावरचा जीव बघून मला गंमत वाटली.

घटकाभर गेल्यावर म्हातारा बूड टेकून निर्मळपणानं बसला. चाचपता चाचपता म्हाताऱ्याची काठी माझ्या पायावर पडली.

"कोणत्या गावचं, आजोबा?" मी काहीतरी चाळा करायचं म्हणून मोठ्यानं विचारलं.

"येडणीचं." म्हातारा आत गेलेल्या आवाजात बोलला.

"कुठं चाललाय?"

"पुन्न्याला."

"दोघेच?"

"व्हय. पोरगा पुन्न्याला नोकरीला हाय."

"त्याच्याकडं राहायला चालला वाटतं?"

"न्हाई बा. पोटात कळ करती. पोरानं म्हटलं पुन्न्याला ये. आता तिथल्या डाक्टरला दावायचं... बरं वाटलं तर वाटलं. तेवढंच चार दीस जगलो तर जगलो. न्हाई तर आपलं हाईच... पोराबाळाकडनी बघत चार दीस ढकलायचं झालं..." म्हातारा एखाद्या म्हाताऱ्यागत बोलू लागला.

"हा हा." म्हणत मी गप्प बसलो. पुढं काय बोलणार? सगळंच तो बोलून बसला होता.

...बाईंनी मुलांना पेरू कापून दिला. बाईंचे यजमान शांतपणे बसले होते. त्यांना पेरू नको होता. बाईंनाही आपल्यासाठी नको होता. तरुणी वर्तमानपत्रातून मासिकाकडे वळली होती. वाचनाशी तिनं स्वत:ला बांधून घेतलं होतं. दाढीवाल्याचे डोळे तिच्यात रोखून राहिले होते. समोरच्या 'दोघांनी' वेफर्सची नवी पिशवी फोडली होती.

वेफर्स खाताना त्याच्या तोंडातून शर्टावर एक बारीकसा तुकडा पडला. त्याच्या ते लक्षात आलं नाही. चटकन तिनं आपल्या ब्लाऊजमध्ये हात घालून लहानशी रुमालाची घडी काढली... सहज पाहता पाहता प्रौढ बाईंच्या लक्षात ते आलं. त्या

बघू लागल्या. घडीनं अत्यंत हळुवारपणानं तिनं तो तुकडा झटकला. ती जागा पुसून घेतली. बाईंनी तेही पाहिलं नि शेजारच्या तरुणीकडे बघून त्या हसल्या.

उत्सुकतेनं चाळण्यासाठी म्हणून त्यांनी त्या तरुणीकडनं मासिक मागून घेतलं नि त्या त्यात रमून गेल्या. त्यांच्या दृष्टीने त्या जोडप्याकडं पाहण्याची किंमत संपली होती... खरं म्हणजे त्यांच्या एस्टीत येण्यामुळंच ती संपली होती... आजोबा-आजींनी तर त्यांच्याकडे पाठच फिरवलेली. पाठीमागचेही कंटाळल्या चेहऱ्यांनी बसलेले. पेंगणारे... कुणालाही त्या जोडप्याकडं पाहण्याची इच्छा नव्हती.

...जोडपंही आता एकमेकाला बिलगून कंटाळलेलं. वेफर्स कधीच संपून गेलेले, पहायचा अंक संपून गेलेला. हातरुमाल संपून गेलेला. कपडे, तुकडे, अंगाला अंग घसटणे संपून गेलेले... उरली फक्त दोन आंबून गेलेली शरीरं–कपड्यातली. संस्कृतीच्या आवरणाखाली झाकलेली.

रात्र पडत चाललेली.

"घर कधी एकदा येईल असं होऊन गेलंय बघा. कंटाळा आला या प्रवासाचा... घरी जाऊन छाऽन झोपावं असं वाटू लागलंय. इथं झोपही लागत नाही... ती घरी जाऊन पोहोचली आहे. त्यांच्या बंद खोलीत मंद दिवा आहे. त्या मंद उजेडात दोघांच्या छान छान गाद्या शेजारी शेजारी आहेत. त्याच्या कुशीत उबदारपणे ती झोपली आहे. –असं चित्र तिच्या नंतर मिटलेल्या डोळ्यांसमोर तरळत असावं. तिच्या मनातलं तिच्या चेहऱ्यावर जाणवत होतं.

...हे तिच्या मनातलं की माझ्या मनातलं? बस सुरू झाल्यापासून मी त्यांच्यातच रमून गेलोय, असं काय आहे यांच्यात? एवढी कुठं ही दोघेजणं विशेष आहेत? हा तर अगदी बावळट दिसतो. तरुण बायकोशी कसं वागावं, हेही याला कळत नाही. ही सुद्धा तशी सुंदर नाही... पण हिचं वय, हिचे चाळे, ही वृत्ती..., लग्नाअगोदर काडीचीही ओळख नसलेल्या नवऱ्यावर जिवापाड प्रेम बसलेलं हिचं मन... प्रेमच का हे? ...अजून यांना खूप लांबचा प्रवास करायचा आहे!

माझं मलाच संकोचल्यासारखं झालं नि त्यांच्यावरचं लक्ष उदास होत उडून गेलं... ती दोघेही केविलवाणी वाटू लागली.

रात्री साडेआठला बस पुण्याच्या स्टँडला आली. बस थांबताच सगळीजणं आपलं साहित्य घेऊन उभी राहिली. ते जोडपं उठलं नि वाट काढत दाराकडं जाऊ लागलं. आजोबा-आजींच्या पलीकडं गेलंही... बस मोकळी होत चालली.

त्या 'दोघांनी' रिक्षा केली नि रिक्षेच्या खाजगी अंधारात बसून ते भुर्रकन गेले. प्रौढबाईंनी व त्यांच्या यजमानांनी शांतपणे टपावरचं सामान उतरून घेतलं नि टॅक्सी केली. तरुणी वर्तमानपत्रं नि बॅग सावरत सिटी-बसस्टॉपकडं तिष्ठत उभी राहण्यासाठी गेली... तिला बस कधी मिळणार होती कुणास ठाऊक? दाढी वाढलेला इसम

अनवाणी पायांनी कुठं अंधारात चालत नाहीसा झाला. तो अखेरपर्यंत चालतच जाईल असं वाटलं.

सगळी गर्दी उतरल्यावर म्हातारा हळूहळू बाहेर आला. म्हातारीनं त्याच्या दंडाच्या हाडाला धरून हळुवारपणानं खाली घेतलं. काठीचा आधार घेऊन तो चालू लागला. म्हातारी त्याच्या कलानं गठळं सावरत चालू लागली... शरीरातून शरीरांपलीकडच्या जणू दोन छायाच उरल्या होत्या.

"आजोबा, रिक्शा करा." मी पी.एम.टी. बसकडे जाता जाता त्यांना अनाहूतपणे सल्ला दिला.

"काय करायची रिक्शा? पोरगं हितंच जवळ ऱ्हातंय. जातावं चालत चालत." म्हातारी माझ्याकडे बघून कृतज्ञपणानं म्हणाली... जीवनावर उपकार करत दोघं जोडीनं चालू लागली...! किती मोठा आणि लांबचा प्रवास केला होता त्यांनी... मलाही वाटू लागलं; आपण पायीच जावं. शरीराच्या हालचालीमुळं तरतरी वाटेल, पायांत बळ येईल. ...अजून खूप लांबचा आणि वेडावाकडा प्रवास आपल्यालाही करायचा आहे.

ड्यूटी

ड्यूटीवरनं बंडा पोलीस नुकताच परत आला होता. बारा वाजले होते. जेवण-खाणं करून दोन्ही पोरं नि दोन्ही भाच्या शाळेला गेल्या होत्या. बायको तीन महिन्यांच्या पोराला घेऊन बाजल्यावरच पाजत बसली होती. तिचं पाजणं संपायची वाट बघत तो भिंतीला टेकून बसला होता. सकाळपासनं चहाच्या मिळालेल्या तीन-चार कपांशिवाय पोटात काहीच नव्हतं. खिशात तर सकाळपासनं काहीच भर पडली नाही. बिड्यांचं बंडल स्वत:च्या पैशांनीच घ्यावं लागलं. त्यातली एक बिडी काढून ती ओढत तो तसाच बसला... बसल्या बसल्या त्यानं कमरेचा पट्टा सैल करून काढला... उन्हाच्या तिरपीनं पोटात कसंतरीच होत होतं. म्हणून जेवण करून दुपारी तीन वाजेपर्यंत तणावून द्यावी असा त्याचा बेत होता. पुन्हा साडेतीनला ड्यूटीवर हजर राहायचं होतं.

बायको मुलाला बाजल्यावर ठेवून त्याला वाढायला खाली उतरली. त्यानं अंगावरचा ड्रेस उतरून खुंटीला अडकवला आणि हात-पाय धुऊन 'आयला या जन्माच्या!' असा उद्गार काढून दुखणाऱ्या पायांना एका जागी घेत पाटावर बसला.

ताटात आमटी-चपाती नि गव्हाची तिखट सोजी होती. ते बघून त्याच्या मस्तकात रक्त चढलं.

"भात नाही वाटतं?"

"तांदूळ संपलं."

"चार दीस तरी झालं का तांदूळ आणून?"

"खाणारी काय थोडी हाईत का? तीन महिन्यांची बाळंतीण मी; एका वक्तालाबी मला सरळ भात मिळंना झालाय. हौसेनं भाच्या शिकायला आणून ठेवलाईसा न्हवं? कुठंतरी फौजदार असल्यागत." बायकोचं तोंडही पितळेच्या मोठ्या पातेल्यागत खणखणू लागलं. भाच्यांचा उद्धार प्रत्येक भांडणात होत होता. बहिणीची परिस्थिती जाणून त्यानं भाच्यांना शिकवायला आणलं होतं... शिकतील. घरात बायको बाळंतीण. तिलाही मदत होईल. घरातलं स्वयंपाक-पाणी, झाडलोट, मुलांचं होय-नव्हं करत राबतील आणि पोटाला खाऊन राहतील, असा त्याचा हिशेब होता.

हात धुऊन कोरडा करत असतानाच गौरी आणि सुमन दारात दत्त झाल्या. बंडाच्या भुवया एका जागी येऊन कपाळाच्या मध्ये गाठ पडली.

“का गं आलासा एवढ्या उन्हाचं?”

“मास्तरांनी घराकडं लावून दिलं.”

“का? कोण मेलं का काय त्याचं?” बिडीचा कडवटपणा अजून जिभेवर होता.

“प्रत्येकीनं तीस-तीस रुपये भरायला पाहिजे म्हणत्यात.”

“मी सांगितलं हुतं की त्याला– जोशी मास्तरच न्हवं?”

“जोशी मास्तरच. पण हेडमास्तरांनी तसंच बसायला परवानगी दिली नाही.”

“आयला या मास्तराच्या! नुसती पैशावर टपलेली असत्यात.”

“म्हणाले, दोन आठवडे थांबलो. आता थांबणं शक्य नाही.”

“मग काय करायचं?”

“काय करायचं मग!”

“माझ्याजवळ तर एक पैसा नाही. घरात ही बाळंतीण...”

बंडा पुढं बोलायच्या आतच त्याची बायको अंधारातनं बोलू लागली. “व्हंजीकडं जावा नि शंभरभर रुपये घेऊन या जावा.”

“तिच्याकडं काय मिळणार हाय गं? पोटाला मिळायची तिला पंच्याती.” बंडा इकडच्या बाजूनं बोलला.

“मंग अंगावरचा डरेस इकून द्या जावा तर. पोरं मराय लागल्यात ‘भात भात’ म्हणून. घरात एक फुटका पैसाबी नाही. नोकरीही असली. हे गाव असलं. दुकानदाराची बाकी ढीगभर. संसार हाय का धर्मशाळा हाय ही?” पोरानं बाजल्यावर एकाएकी टाळा पसरला नि बंडाच्या बायकोचं तोंड थंड झालं.

बंडाही चिंतागती झाला. पोलिसाची नोकरी; त्यात तीन मुलं नि दोन भाच्या आणि हे दोघं. त्याचं चालणं कठीणच होतं. वाणीही उधारी देत होता. पण कधी ना कधी ती फेडणं जरूर होतं. तालुक्याचा गाव असल्यामुळं खिसाही उपाशीच राहायचा. बायकोच्या बोलण्याचा नि रागाच्या परिणामाचा विचार करून तो थोरल्या सुमनला म्हणाला; “जाऊन या जावा मग आईकडं.”

सुमननं मानेनंच होकार दिला. धाकटी गौरी खालच्या आवाजात मामाला म्हणाली, “मामा, आईजवळ या वक्ताला काय असणार?”

“मग मी तरी आता काय करू? इथं कसं काय काय चालतंय तुम्हाला ठाऊक हाय. काय तरी कर नि शंभर रुपयं दे म्हणावं. एवढ्या डावाला पैसे भरलं की मग वर्षभर भरावं लागणार नाहीत, असं सांग अक्काला. आमटी वाढ ये गं मला.”

मुलाला बाजल्यावर थंड करायला गेलेली बायको चुलीपाशी आली. गौरी आणि सुमन सोप्यातच घुटमळल्या. गौरीने आत जाऊन पाणी प्यायला आणलं. दोघी प्याल्या. एकमेकीजवळ जाऊन बारीक आवाजात बोलू लागल्या. मामाच्या

कानावर त्यांचं कुजबुजणं गेलं.

"काय गं? जेवलासा का नाही अजून?"

"जेवलाव."

तोपर्यंत बायकोचे डोळे कांद्याएवढे मोठे झाले.

"बिनजेवता शाळंला लावून देतीया व्हय मी?"

"अग, सोप्यातच घुटमळाय लागल्यात म्हणून इचारलं."

सुमन चरकली. भांडण वाढू नये म्हणून स्वयंपाकघराच्या दाराजवळ जाऊन म्हणाली; "तसं नाही मामी, गौरी म्हणाली मोटारीला पैसे नाहीत."

"गाव काय लांब नाही. सा मैलावर तर हाय. चालत जाऊन या जावा. दोनअडीच तासाची वाट हाय." बायकोनं वाट दाखवली.

"तसंच करा. आता कुठं स्टँडवर जा, मोटारीची तास दीड तास वाट बघा करत बसतासा. सरळ चालत जाऊन चालत या. जावा. तेवढेच पैसे वाचतील."

दोघी एकमेकीकडं बघत जायला निघाल्या. मामांनी आमटीबरोबर चपाती खायला घेतली. बायकोनं त्या अंधारात दीर्घ श्वास घेऊन बाहेर सोडला.

साडेबारा वाजून गेले होते. ऊन झणकत होतं. त्या उन्हातनं दोघीजणी चालल्या होत्या. पाच-सहा मैलांवरच्या खेड्यात असलेली आई त्या दोघींनाही मनोमन आठवत होती. पांढऱ्या मातींच्या विटांच्या जुनाट घरात राहणारीचं कपाळही तसंच पांढरं. वडील तीन वर्षांपूर्वीच सोडून गेलेले. त्या कंगाल खेड्यात आईचं जगणं चाललं होतं. ना मजुरी ना पैसा. त्यात राक्षसासारखी महागाई. सहा महिन्यांनी एकदा मजुरी मिळायची नि दीसभराच्या मजुरीत किलो-दीड किलो धान्य मिळायचं. राहायला हक्काची जागा होती तेवढीच– मरायलाही हक्काची तीच जागा होती.

बंडानं तिच्या या दोन पोरी शिकायला म्हणून आणल्या होत्या. तेवढाच भाऊ तिला आधार होता. पण शिक्षणात पैशांचा प्रश्न आला की सुमन-गौरीची अशी ओढाताण व्हायची. कुत्र्यासारखं त्यांना इकडं-तिकडं धावावं लागायचं आणि एकाददुसऱ्या रुपयाचा प्रश्न असला तर तो आई नि मामा सोडवायचेही.

पण आता साठ रुपयांचा प्रश्न होता. या दिसात आईजवळही दोन पैसे शिल्लक असावयाचे ते महागाईमुळं नाहीसे झाले होते. तिनं आलेल्या लेकींना चहाचं पाणी देऊन तसंच परतवलं. "काही तरी करा जावा नाहीतर शिक्षण सोडून द्या जावा" म्हणून सांगितलं... पुन्हा सुमन आणि गौरी वाटेला लागल्या.

ऊन फारच जाणवू लागलं. जाळून काढायला उठलेल्या अग्निकुंडासारखं पांढरं फट्ट! सगळ्या रानातून झळा झळाळत होत्या. उनानं रान पातळ होऊन रस झाल्यासारखं वाटत होतं. डोळ्यांना क्षणभर अंधारी येत होती. उद्या शाळेत जाताना काय करायचं? का शिक्षण इथंच संपणार? मग गावाकडं जाऊन आईबरोबर मजुरी

करावी लागणार. जन्मभर मजुरी! नवरा मजूर!... मूलं मजूर! सारा जन्म आईसारखा मातीत! त्यापेक्षा शिकून निदान एस.एस.सी. तरी पदरात पाडून घेतली पाहिजे. मग शिक्षिकेचा कोर्स. म्हणजे अजून तीन वर्षं काढावी लागणार. कशी काढायची???

तीन-साडेतीन वाजेपर्यंत त्यांनी नदीचा पूल ओलांडला. आता फक्त दोन मैलांचा रस्ता होता. चेहरे तापून लालबुंद झाले होते. नाकाच्या शेंड्यावर घाम साचला होता. तोंडात खारट खारट ओलावा येत होता. उनानं डोळे डोकं तापून तापून धगधग होत होती. चालून चालून पायांच्या पिंढऱ्या भरून आल्या होत्या. पावलांच्या शिरा जळवांगत टच्च फुगल्या होत्या. तांबड्या धुळीनं पाय माखले होते. दोघीही त्या धुळीतून पाय ओढत होत्या.

"गौरी, थोडा वेळ बसू या गं, चिंचेच्या सावलीत. गाव जवळ आलंय आता."

"बसू या. पण लौकरच गावाकडं जाऊ या. नाहीतर सांज होईल. माणसं कोणी दिसत नाहीत आसपास."

दोघीही इकडं-तिकडं बघत चिंचेच्या सावलीत बसल्या. रस्त्याच्या दोन्ही बाजूंनी चिंचेची झाडं गारेगार पसरली होती. चिंचाही खूप लगडल्या होत्या. पण दोघींनाही चिंचा खायची वासना झाली नाही. हातात लहान लहान खडे वेचत, खाली बघत दोघीही मुक्या होऊन बसल्या होत्या.

उनाच्या आगीनं डांबरी रस्ता पाघळत होता. डांबर करपत चालल्यासारखं वाटत होतं. मधूनच एखादी टुरिंग निघून जायची. लालभडक एस.टी. आवाज करत करत यायची नि तशीच घोंगावत जायची. पायी जाणारं कुणीच नव्हतं. त्याच दोघी.

घटकाभर विश्रांती घेऊन दोघी उठल्या. मंदपणानं पाठीमागं रस्ता हटू लागला. एक एक पावलानं गाव जवळ येऊ लागलं. उनाच्या झळांनी अंगं होरपळू लागली.

अर्धा पाऊण मैल गाव उरलं. चिंचेच्या एका झाडाला दोन सायकली लावलेल्या दिसल्या. चिंचेच्या बुंध्यातच एक इनशर्टवाला पोऱ्या बसलेला होता. एकजण झाडावर चढलेला. मधून मधून एखाद दुसरी चिंच माकडासारखं खाली टाकत होता. सुमन आणि गौरी त्या झाडाजवळ आल्या आणि खालचं माकड वरच्या माकडाला म्हणालं, "सावंत्या, चिंचा खायला दोन पाखरं आली आहेत."

"कुठं आहेत?"

"ही बघ. या बाजूला."

"आयला! खरंच की. चुकलेल्या चेहऱ्याची दिसत्यात. दे दे, चिंचा खायला दे... सोडू नको."

चिंचा खाली टाकत सावंत्या गाणं म्हणू लागला;

"चिंचा आल्यात पाडाला,
आरं, या चिंचा आल्यात पाडाला."

त्याला खालचा घुगरे साथ देत होता, ''हात नका लावू हिच्या झाडाल्ला;
हिच्या झाडाल्लाऽऽ!''

दोघींच्या लक्षात हा टारगटपणा आला. पाठीमागं-पुढं तर कुणी माणूस दिसेना.
अवधान राखून त्या रस्त्याच्या दुसऱ्या बाजूनं जाऊ लागल्या.

''शुक् शुक् शुक्. एऽ चिमणे!'' सावंत्या.

सुमननं सरळ मागं बघितलं.

''चिंचा पाहिजेत का?''

सुमन सरळ पुढे बघून चालू लागली.

''पाडाच्या आहेत. गाभुळलेल्या.''

''तुमच्यासारख्या. एक मुका द्या, एक चिंच.''

''माझ्या एक मुक्याला दोन.''

''माझ्या तीन.''

''माझ्या चार... आंबट गोड.''

''साखरेची फोड.''

''चिंचा आल्यात पाडाल्लाऽ!''

''आंबे आल्यात पाडाल्लाऽ!''

''धरा धरा हिच्या रं झाडाल्ला!''

''आरंऽऽ आरं धराऽऽ!''

सुमन आणि गौरी जवळजवळ पळाल्याच. त्यांच्या जिवात जीव नव्हता.
दोन्हीही पोरं अर्धा अधिक फर्लांग पाठीमागून येत होती. सुमनच्या साडीवर तर
पाठीमागून फेकून मारलेली एक चिंच लागल्याचा भास तिला झाला. दोघींच्या
कानांवर तर ऐकू नयेत असे अचकट-विचकट शब्द पडत होते.

सुदैवानं समोरून दोन सायकली येताना दिसल्या. त्यांच्या जिवात जीव आला.
पायाची नकळत गती कमी झाली. पाठीमागची माकडंही आपल्या झाडाकडं निघून
गेली. दोघी एकमेकींच्या हातांत हात घालून झपाट्यानं रस्ता कापू लागल्या.

अर्ध्या तासात पोलीसगेटवर आल्या. त्याच वाटेवर एक गेट होतं. तालुक्याचा
गाव राज्याच्या सीमाभागावर असल्यानं येणाऱ्या-जाणाऱ्या चोरट्या मालावर दृष्टी
ठेवण्यासाठी हे गेट इथं होतं. नदीच्या काठाकाठाने हातभट्टीचे अड्डेही पडले होते.
त्याच्यावर अधून-मधून छापे या गेटाच्या टेहळणीमुळे पडत असत. मामा साडेतीनलाच
ड्यूटीवर आला होता. त्याला त्यांनी सगळी हकीकत सांगितली.

''किती पोरं आहेत?''

''दोनच आहेत.''

''कुठली दिसली?''

"बहुतेक इथल्या कॉलेजमधील असावीत. घटकाभरात इकडं यायला निघतील."

मामाच्या सांगण्यावरून दोघीही आत गेटात बसून राहिल्या. बंडानं विझलेली बिडी पुन्हा पेटवली. जाधव पोलीस टेबलावर काही तरी लिहीत बसला होता. बंडाचे डोळे त्या रस्त्यानं लांबपर्यंत जाऊन आले.

अर्ध्या एक तासानं दोन सायकली रमत-गमत गावाकडं येताना दिसल्या. एकदा या बाजूला एकदा त्या बाजूला अशा जात होत्या. हिंदी सिनेमातलं गाणं वाऱ्यावर घरंगळत होतं.

अर्ध्या फर्लांगाच्या आत आल्यावर बंडानं सुमनला विचारलं, "हीच का ती पोरं?"

"हीच हीच!"

"तुम्ही आतच बसा. बाहेर येऊ नका."

सुमन आत गेली. गेट जवळ येईल तसं सायकली सरळ डाव्या बाजूनं येऊ लागल्या. शिट्या आणि गाणं उतरत्या आवाजात आलं. बंडानं शिटी वाजविली नि तो आडवा झाला.

"सायकलीऽऽ इकडं या."

"का?"

"या, सांगतो या इकडं."

दोन्ही सायकली गेटाकडं आल्या.

"कुठल्या गावची तुम्ही?"

"इथलेच."

"इथली कुणाची?"

"इथं शिकायला आलो आहोत."

"हजामतीचा धंदा काय?"

घुगरे बावचळला. त्याला काय बोलावं सुचेना. सावंत्या बंडाच्या डोळ्याकडं एकटक बघत म्हणाला, "कॉलेजला आहोत."

"बापानं किती किती पैसा दिलाय इथं उडवायला?"

"हवालदारसाहेब, हा प्रश्न आमच्या बापाचा आहे. तुमचा नाही." नम्रतापूर्वक सावंत धीट बनला.

"हातात बघितलास काय, काय हाय ते?" हातात दांडकं होतं. "उलट बोलू नको."

"तुम्ही पण नको ते प्रश्न विचारू नका. तुम्हाला काही विचारायचं असेल ते सरळ विचारा."

"बापाची मंत्र्यापतोर वशिला हाय वाटतं? कॉलेजची फी-बी माफ झालीया का नाही? राहाय-खायला फुकट मिळत असंल. म्हणून ही मस्ती दिसती."

"मुद्द्याचं बोला."
"गेला होतासा कुठं?"
"चिंचा खायला." घुगरेला भेकराचं तोंड फुटलं. प्रश्नही सरळ होता म्हणून उत्तर देण्यात धोका कमी दिसला.
"पाडाला आल्या असतील?"
घुगरेला बंडाच्या सरळपणामुळं धीर आला. ओढून ताणून हासं आणत तो म्हणाला; "हो तर. तुम्हाला पाहिजेत का? मी माझ्या खिशातनं आणल्या आहेत."
"आणखी काय काय आणलंय खिशातनं?"
"दुसरं काही नाही. हातरुमाल एक आहे आणि एक पाकीट."
"पाकिटात काय आहे?"
"चार-पाच रुपये असतील."
सावंताला कावा कळला. तो डोळे बारीक करीत बोलला,
"पण कशासाठी?"
"कशासाठी? भडवीच्या! सालटी काढल्यावर कळेल. चिंचा पाडाला आल्यात नाही काय? सुमे, बाहेर ये."
सुमन बाहेर आली. घुगरेच्या घुगऱ्या पातळ झाल्या. सावंताच्या डोसक्यात साणकन चमकलं. डोळ्यापुढ चिंचा गरगरल्या. घुगरेला पँट एकदम भिजल्याचा भास झाला. ती धरून वर ओढत तो म्हणाला, "हवालदारसाहेब, आम्ही चुकलो."
"का? पाडाच्या चिंचा आणल्यात नव्हं? मग द्या की हिला."
"एवढ्या वेळ माफ करा. पुन्हा असं करणार नाही." तो अर्धा अधिक गळून गेला होता. सावंत मात्र गप्पच होता.
"ते का? करा की. बापाच्या पैशावर चरायला रान मोकळं असतंय."
"नाही हो."
"साल्याहो, नाव सांगा अगोदर." सावंताकडं बघत बंडा म्हणाला. "अजून तुमच्या अंगात मस्ती दिसती, पन्नास-पन्नास रुपये दंड ठोकला पाहिजे."
"हवालदार साहेब, पाय धरतो मी तुमचं." घुगरे घायकुतीला आला होता. सावंत गप्पच. हळूहळू दोघांचीही नावं आणि पत्ते लिहून घेतले. कॉलेजच्या प्रिन्सिपॉलकडनं 'नाव डिसमस' करण्याची भीती घातली. शिवाय पन्नास-पन्नास रुपये दंड. पोलिसांच्या हेडऑफिसकडं रवानगी.
एकापाठोपाठ एक दट्ट्या येताना सावंतही मनात गांगरला. घुगरे तर रडकुंडीला आला. शेवटी प्रकरण मिटवायचं ठरलं.
"पण एवढे पैसे आता आमच्याजवळ नाहीत."
"गावात जाऊन आणा."

"चल रे सावंत."

"सावंतला नाही. तूच एकटा जाऊन ये. सावंत राहू दे इथं गेटावरची हवा खात."

"पण दोघांसाठी पैसे द्यायचं कबूल केलंय."

"पैसे आणूपर्यंत सावंत राहू दे इथं. नंतर सोडीन त्याला."

बंडानं बरोबर जाळं टाकलं होतं. घुगरेच्या स्वभावातील भितरेपणा आणि सुतासारखा सरळपणा त्यानं पकडला होता. सावंताला सोडले असते तर कदाचित भलत्याच भानगडी उपस्थित होऊन बंडाच स्वत: गोत्यात आला असता.

सावंत गेटवरच बसला. घुगरे सायकलीवरनं गावात पळाला. जाता जाता त्यानं सावंताशी चर्चा करून त्याच्या ट्रंकेची किल्ली घेतली.

सुमन आणि गौरी गेटावरच बसल्या होत्या. त्यांच्याकडं डोळे वर करून सावंतानं एकादाही बघितलं नाही. तोंडात मारल्यासारखा चेहरा करून तो गेटाच्या वळचणीला बसला. सायकल तिथंच पडली होती. बंडा पोलीस अधनं-मधनं वेचक चौकशी करत होता. एकूण चिंचा फारच महागात पडल्या होत्या.

वीस-पंचवीस मिनिटांतच नोटा सायकलीवरनं भरधाव पळत गेटाकडं आल्या. गेटावर सायकल येऊन थांबली. घुगरेनं बंडाच्या हातात नोटा दिल्या. नमस्कार केला.

"येतो आम्ही. चल रे सावंत."

"या. पुन्हा चिंचा खायला या इकडं."

तोंडाचा खालचा ओठ ढिला करत घुगरे हॅ हॅ करून हासला. "नाही; आता पुन्हा येणार नाही इकडं."

पाठीमागं न बघता सायकली नाकासमोर रस्त्याच्या डाव्या बाजूनं गेल्या. गेटातील टेबलावर घुगरेच्या दोन्ही खिशातल्या चिंचा पडलेल्या होत्या. जाधव पोलिसानं त्यांतली एक चिंच चघळली. बंडा त्याच्याकडं बघत म्हणाला, 'जाधव, मोड हाय का पन्नास रुपयाची?"

"हाय की."

जाधवने पाच सुट्ट्या नोटा दिल्या.

"सुमे, हे घे नव्व्द रुपये. गावाकडनं आणलं म्हणून तिला सांग. नाही तर आणि माझ्या नावानं बोंबलाय लागायची."

सुमीनं हातात पैसे घेतले नि दोघी जायला निघाल्या.

"जावा आता."

दोघी निघून गेल्या.

"जाधव, ही घे तुला दहाची नोट."

जाधवने हसत हसत हात पुढे केला आणि पोलिसी बाण्याला धरून नोट

खिशात सारली.

सगळं पूर्ववत शांत झालं. बंडलात उरलेली एकुलती एक बिडी बंडानं काढली. बंडलाचा कागद चुरगळून फेकून दिला. बिडीचं तोंड पुन्हा पुन्हा पेटवलं. तिचा कडवट धूर जिभेनं चाखत टेबलावरच्या चिंचा न्याहाळत बाकड्यावर बसून राहिला... ड्यूटी आताशा कुठं अर्ध्यावर आली होती.

❖

बदली

गुरुवारची शाळा करून गुरुजी चिंताक्रांत होऊनच परत आले. सहा दिवस ज्या रविवारची वाट बघत दिवसभर घसाफोड करायची, त्या रविवारीही आता पायपीट करून तालुक्याला जाऊन यावं लागणार होतं. का आणि कशासाठी; ते नेमकं माहीतही नाही... आज शनिवार म्हणून त्यांनी सकाळी अगदी बैठक मारून दोन-अडीच तास गृहपाठांच्या वह्या तपासल्या होत्या. मुलांचे मार्क्स मांडून काढले होते. वेळात वेळ काढून शुभाची तासभर शिकवणी घेतली होती. दोन्ही मुलींचे आणि आपले कपडे इनामदारांच्या विहिरीवर जाऊन धुऊन आणले होते.

रविवारचा दिवस घरच्या कामातून संपूर्ण मुक्तता घ्यायची, असं त्यांनी ठरवलेलं. शाळेच्या वाढदिवसाच्या कार्यक्रमात करायला लहान मुलांसाठी एखादं एक अंकी नाटक लिहिण्याचा त्यांचा विचार कितीतरी दिवस चालला होता. म्हणून त्यांनी या रविवारची बहुतेक कामं शनिवारीच उरकून ठेवली होती. पण आता जेवण करून रात्रीची साडेआठची गानगाव गाडी गाठून तालुक्याला जाणं भाग होतं. त्यासाठी दोन-अडीच मैल पांदीतला नि रानातला चिखल तुडवत त्यांना जावं लागणार होतं.

चपलाचा अंगठा सकाळीच चिखलात पाय घसरून तुटला होता... तो आता लावायचा कधी?– एक पाय ओढत नि सांभाळत ते हळूहळू घरी चालले.

घरी येताच त्यांनी कोट काढून शुभाच्या दप्तराच्या खुंटीला अडकवला. त्यावर गांधी टोपी ठेवली. न्हाणीत पाण्याची बादली भरलेली होती. तिच्यातलं दोन तांबे पाणी घेऊन हात-पाय धुतले नि भिजून गेलेल्या जुनाट टॉवेलाला पुसले... डोळ्यांवर पाणी मारल्यावर त्यांना जरा बरं वाटलं.

'आत्यांस्नी दमा जास्तच झालाय.' त्यांची पत्नी चहाला आधण ठेवत म्हणाली. अवघडून एक पाय लांब करून ती बसली होती. पाच वर्षांची सुमा आईसमोर पाटावर निवांत मांडी घालून बसली होती. नुकतंच 'शुभंकरोति' झालं असावं. तिनं आल्याबरोबर गुरुजींना नमस्कार केला. पण गुरुजींचं तिकडं फारसं लक्ष लागलं नाही.

पत्नीच्या बोलण्यानं त्यांचे शिणलेले नि खोल गेलेले डोळे विस्फारले. पडदीच्या पलीकडं त्यांनी वाकून बघितलं. अंधार होता. आईचा घसा सुईंसुईं वाजताना तेवढा

ऐकायला येत होता.

"आई!" त्यांनी खोल गेलेल्या आवाजात हाक मारली.

"अंऽऽ!" अंधारातून कासावीस झालेला हुंकार आला.

ठाणवीवरचा दिवा घेतला नि ते पलीकडं गेले. आई उशाला भरपूर टेकण घेऊन डोळे मिटून पडली होती. शरीर खूप थकलेलं. सगळी गात्रं जगायला कंटाळलेली. फक्त दमा जोरात. छातीची धाप भात्यासारखी चाललेली.

दिवा आल्यावरसुद्धा उजेडात तिनं डोळे उघडले नाहीत. आत-बाहेर वेगानं चाललेल्या श्वासाला थोपवण्याचा तिचा प्रयत्न चालला होता. दिवा जवळ नेऊन गुरुजींनी आईच्या चेहऱ्याकडं पाहिलं... अगोदरच आत गेलेली गालफडं क्षणभर हलली.

उंच गळ्याखाली एक आवंढा गुरुजींनी गिळला. खोबणीत खोल गेलेले त्यांचे डोळे आईला न्याहाळण्यासाठी बाहेर आल्यागत झाले... आईशी काय बोलावं त्यांना सुचेचना. नुसते पाहतच राहिले.

बराच वेळ पाहत राहिले नि त्यांच्या लक्षात आलं की आपणच गर्भगळीत होत चाललोय... आईच्या लक्षात आलं तर तिला काय वाटेल?

त्यांनी काहीतरी बोलावं म्हणून विचारलं; "चहा घेणार नव्हं?"

"अंऽऽ?"

"चहा गं."

"घेती की... आण थोडा." दोन हप्त्यांनी आईनं वाक्य पुरं केलं.

दिवा घेऊन गुरुजी वाकून उठले. गुडघ्यांची हाडं तेल नसल्यागत कडाकडा वाजली. परतताना पाय आईच्या वाकळेच्या भसक्यात अडकला नि त्यांचा तोल गेला. पडदी समोरच होती म्हणून ते सावरले. पायाबरोबर आलेली वाकळ त्यांनी सरळ केली नि दिवा घेऊन चुलीसमोर आले.

चहाचं आधण चुलीवर वाजत होतं. ते उभं राहूनच मुकाटपणे इकडं-तिकडं बघू लागले.

"पाट दे गं त्यांना." पत्नीनं सुमाला सांगितलं.

सुमा उठली नि त्यांच्याकडं पाट घेऊन गेली. भिंतीला पाठ टेकून ते पाटावर बसले. सुमा तिथंच गार भुईवर बसली. त्यांनी तिला हळूच मांडीवर घेतली... घटकाभर सगळं घर अबोल आणि उदास.

बाहेर गेलेली शुभा पायावर पाणी घेऊन आत आली नि आईजवळ तिनं एक पुडी दिली.

"काय ते?" गुरुजींनी सहज जिज्ञासा म्हणून विचारलं.

"हळद आणायला गेली होती. निजताना त्यांस्नी थोडी द्यावी म्हणून आणली."

गुरुजींनी फक्त कळल्याची खूण म्हणून मान हलवली... त्यांचा चेहरा काळजीनं जास्तच गंभीर झाला.

"आई, मला भूक लागलीय गं.'' शुभा बोलली. घरात खाऊ शिल्लक असावा असा तिचा अंदाज.

"चहा घे की आता.'' आई.

"मला काय तरी खायला दे.''

"या वेळी कुठलं गं? थोड्या वेळानं जेवच म्हणजे झालं...''

गुरुजींनी समजुतीनं सांगितलं. खरं म्हणजे त्यांनाही भूक लागली होती. सकाळी साडेदहाला जेवण करून ते गेले होते. चिरमुऱ्यांना तेल-तिखट-मीठ लावून पाच-सात दिवसांपूर्वी थोडा चिवडा केला होता. पण तो परवा रात्रीच संपल्याचं त्यांना माहीत होतं. आज सत्तावीस तारीख होती. जवळचे पैसे तसे संपलेले. एक तारखेची वाट बघत त्यांनी आठवडा रेटत आणला होता... सगळंच समजुतीनं घ्यायचं होतं.

मुली तशा सशक्त नसल्या तरी समजूतदार होत्या. सगळं घरच एखाद्या खूप दिवस उपाशी ठेवलेल्या मांजराप्रमाणं समजूतदार नि मिळेल त्यावर समाधान मानणारं होतं.

वेळ जात होता तशी गुरुजींची अस्वस्थता वाढली. बसल्या ठिकाणीच ते चलबिचल करू लागले. दाढीवरून हात फिरवू लागले. हातात हात घालून बोटांची चाळवाचाळव करू लागले. पडदी-पलीकडच्या अंधारावर त्यांचं लक्ष जाऊ लागलं... कान मात्र दाराकडं लागलेले. अधून-मधून बाहेरून येणाऱ्या काळोखाकडेही लक्ष जात होतं.

सात वाजायच्या सुमारास ते पत्नीला बोलले, "गटविकास अधिकाऱ्यांचं बोलावणं आलंय.''

"कुणाला?''

"आम्हां तिघांही शिक्षकांना, आज रात्रीच तालुक्याला वस्तीला या म्हणून सांगितलंय.''

"का?''

"कुणास ठाऊक? काही कळत नाही. बहुतेक शिबिरात स्वयंसेवक म्हणून काम करायला बोलावलं असावं.''

"शिबिर चालू आहे?''

"हो. शुक्रवारीच कळलं होतं मला. या गावातनं तीस मंडळी जमा करून पाठवून द्यायला सांगितलं होतं त्यांनी... पण कोण येणार? सगळीकडे अडाणी माणसं. समजून सांगायला गेलं तर आम्हांलाच वेड्यात काढतात. सांगितलेल्या

गोष्टी पटत नाहीत. मुलांची काळजी नसते. जुन्या समजुती जात नाहीत. कुठली माणसं मिळणार?...'' बोलता बोलता गुरुजी स्वतःशीच बोलल्यागत भडाभडा सांगू लागले.

"तसा रिपोर्ट करायचा मग.''

"तेवढ्यावर भागणार नाही असं दिसतंय. म्हणूनही कदाचित त्यांनी तिघांना बोलावलं असावं. आलेल्या शिपायानं धड काही सांगितलंच नाही. 'बोलावलंय' एवढं सांगूनच तो निघून गेला.''

"मग आत्ताच जाणार तुम्ही?''

"त्याचाच विचार करतोय.''

"आत्यांचा दमा वाढलाय...''

"हंऽऽ!'' त्यांनी काळजीयुक्त अनुमतीचा हुंकार दिला. आईसंबंधीचेच विचार त्यांच्या मनात चालले होते. ऑगस्ट महिना सुरू झाला त्याच वेळी पत्नीनं सासूबाईला गावाकडं पाठवायला सांगितलं होतं. पावसाळा सुरू झाला, ढग येऊ लागले, हवा सर्द होऊ लागली, तसा त्यांचा दमा वाढतच गेला. एक एक वेळेला डोळे पांढरे होईपर्यंत त्यांना ढास लागायची... तिला सोडून एक दिवसही परगावी जाणं कठीण होतं. पण पत्नीला सहावा महिना होता. तिच्या एका पायाच्या शिरा अचानक आखडून जात होत्या नि तिला तो पाय बसल्यावर लांब करायला यायचा नाही. विलंब केल्यावर पुन्हा आखडायला यायचा नाही. मदतीसाठी म्हणून त्यांनी आईला ठेवून घेतलं होतं. भावाची कुरबूरही आईविषयी होतीच. थोरला भाऊ म्हणून गुरुजींवरच त्यानं तिची जबाबदारी टाकलेली.

गुरुजी गप्प बसले होते. मनाचा निर्णय होत नव्हता.

'...आत्यांस्नी अगोदरच घालवलं असतं तर बरं झालं असतं. पावसाळा संपल्यावर पुन्हा आणता आलं असतं. तुमची बाहेरगावी जाण्याची अडचणही पावसाळ्यात झाली नसती. तिकडं थोडा पाऊसकाळही कमी असतो.'

'ते खरं. पण तुझ्या मदतीला इथं कोण? तू ही अशी. एका पायानं अधू. काही कमी-जास्त झालं तर? घरात कोण? मुली काय करणार?'

पत्नी गप्प बसली. तिनं चहा खाली उतरून कपबशात गाळला.

'...निदान असं तरी करा. सकाळनं उठून लौकर जा म्हणं पहिल्या गाडीनं. रात्री तालुक्याला काय काम नसेल. सकाळी लौकर कामाला लागण्यासाठीच त्यांनी एखादे वेळी बोलावलं असेल. लौकर गेलं म्हंजे झालं... घरातली अडचणही साहेबांस्नी सांगावी.' चहा घेता घेता ती म्हणाली.

गुरुजींना विचार पटला. आईला चहा पाजून त्यांनी पुन्हा कोट घातला.

'मी जरा सासने गुरुजींच्याकडं जाऊन त्यांना सांगून येतो.' टोपीचे कोन धरून

घालत ते बाहेर पडले.

सकाळी नऊ वाजता तालुक्याला येऊन पोचले. बरोबर आणलेल्या चपात्या हॉटेलात जाऊन एका बाजूला बसून भज्यांबरोबर खाल्ल्या. वरती एक कप चहा घेतला. शिबिराकडं चालले.

गावचावडीच्या जागेतच शिबिर चाललं होतं. शेजारची धर्मशाळाही त्याच्यासाठी व्यापली होती. त्यांनी तिथं जाऊन प्रथम सासने व शिंदे गुरुजींची चौकशी केली. पण त्यांना त्यांचा पत्ता कळू शकला नाही.

एडके साहेबांनी चावडीसमोरच्या एका गुजराच्या घरात शिबिराचं ऑफिस थाटलं होतं. तिथं ते गेले.

शिपाई दारातच उभा होता.

'एडकेसाहेब आहेत का?'

'काय काम आहे?'

'भेटायचं आहे.'

'अकरानंतर या.'

'मला त्यांनी भेटायला लौकर बोलावलं होतं म्हणून सरकवलीसनं आलोय.'

'गुर्जी काय?'

'हां.'

'बसा थोडा वेळ. साहेब नास्ता करत्यात. इचारून येतो.' शिपाई आत गेला. गुरुजी चौकोनी चेहरा करून उभे राहिले. पुढे काय होणार काहीच ठाऊक नव्हतं.

'बसा तिकडं. बोलावतो मी थोड्या वेळानं.' शिपायानं बाहेर येऊन सांगितलं.

गुरुजी चावडीच्या बाजूला असलेल्या दुकानाच्या एका पायरीवर जाऊन बसले.

विशिष्ट उग्र वास आसपासच्या वातावरणात भरून राहिला होता. उघड्या छप्परवजा धर्मशाळेला पांढरे पडदे लावलेले होते. लोक आत जात होते. बाहेर येत होते. पलीकडच्या बाजूला दहावीस माणसांची पाळी लागलेली दिसत होती. माणसं एका खोलीत हळूहळू सरकत होती. स्वयंसेवक इनशर्ट करून सगळीकडं तरातरा चालत होते. खोलीतून घटका दोन घटकांनी स्ट्रेचर येत होतं. नि धर्मशाळेच्या पांढऱ्या पडद्याच्या आत जात होतं... गुरुजींचं नकळतच तिकडं लक्ष वेधलं. त्यांच्या पोटात त्या वासानं हळूहळू मळमळू लागलं. हवा पावसाळी होती, तरी शर्टाच्या आत घामानं अंग ओलं होतंय, याची त्यांना जाणीव होऊ लागली. त्यांची आभाळाकडं नजर गेली. काळेकाळे ढग भराभरा पुढे जात होते. पाठीमागून जास्तच काळे ढग येत होते... ढग संपायलाच तयार नाहीत. कोणत्या क्षणी पाऊस पडेल सांगता येत नव्हतं.

'शुकऽशुक' शिपायानं टाळी वाजवून गुरुजींचं लक्ष अर्ध्या तासानं आपल्याकडं

वळवलं. त्यांना येण्याची खूण केली.

गुरुजी आले. दाराशेजारी त्यांनी आपली पिशवी हळूच ठेवली. तिला लागून जुनी छत्री ठेवली. चपला काढल्या नि कोटाच्या दोन्ही बाजू धरून आत ऑफिसात गेले.

खुर्चीत न मावणारे प्रचंड शरीर घेऊन एडके साहेब बसले होते. गुरुजींनी नमस्कार केला. नमस्काराला प्रतिनमस्कार झाला नाही... कधीच होत नव्हता. अपेक्षाही नव्हती. प्रतिनमस्काराची वाटही न बघता ते पुन्हा कोटाच्या दोन्हा बाजू धरून कणा नसल्यागत उभे राहिले.

'हं! काय!'

'मी सरकवलीहून आलोय. ज्ञानदेव नानोबा मोरे. सरकवली विद्यामंदिराचा शिक्षक.'

'मोरे गुरुजी काय तुम्ही?' साहेब रुंद जबड्यानं काहीशा कर्कशणाऱ्या आवाजात बोलले.

'होय.'

'रात्री कुठं गेला होता?'

'आई वृद्ध आहे. दम्यानं आजारी आहे. काल थोडं जास्त होतं, म्हणून मागे राहिलो.'

'असं का?'

'... ...' गुरुजींनी मान हलविली.

'दमा जास्त झाला का?'

'हं!' गुरुजींनी तो प्रश्न सरळपणानं घेतला.

'आणि आज एकदम बरं वाटलं?'

'नाही. तसा जास्तच आहे. पण आपण बोलावलंय म्हणून आलो.'

'असं का? म्हणजे काल सरकवलीतच होता?'

'हो, तिथंच होतो.'

'नक्की का?' साहेबाचं संशयात्म सौजन्य.

'हो, तुमचा शिपाई मला भेटला होता. मी शाळेतच होतो.' गुरुजींनी संशय घालविण्याचा प्रयत्न केला.

'बरं. मग किती माणसं गोळा केलीत तुम्ही?'

'खूप प्रयत्न केले.' गुरुजी थांबले.

'बरं मग?'

'पण कोणी मिळू शकलं नाही.'

'का बरं? गावात कुणालाच मुलं होत नाहीत? का सगळ्यांनीच अगोदर

ऑपरेशन करून घेतलंय?'

'तसं काही नाही.' गुरुजी लाचार हसले.' 'अडाणी लोक आहेत. सांगितलं तरी पटत नाही.'

'मग तुम्हाला प्रचार करायला कशाला सांगितलं होतं? कसले शिक्षक तुम्ही? धड साधी गोष्ट तुम्हांला लोकांना शिकवता येत नाही.'

गुरुजी खाली बघून गप्पच बसले.

'जा, वीस माणसं गोळा करून आणा.' एडकेसाहेबांनी सुनावलं.

गुरुजी खाली बघतच उभे. घटकाभर एडकेसाहेब कागदपत्र बघू लागले.

'आणि का उभे?'

'साहेब, गेले दोन-तीन आठवडे प्रयत्न केले, पण कुणी तयारच होत नाही. आम्हा तिघाही शिक्षकांचा असाच अनुभव आहे.'

'ते मला माहीत नाही. तिथली तीस माणसं तुम्हांला गोळा करायला सांगितलं होतं. निदान वीस तरी आता घेऊन या... नाहीतर शाळेतली मुलं हाकलून आणा. पण सरकवलीचा कोटा पूर्ण झाला पाहिजे. बाकीच्या बऱ्याच शिक्षकांनी आपापला कोटा पूर्ण केलाय.'

गुरुजी उभेच.

'कळलं ना मी काय म्हणतो ते?' साहेबांचा सूर चढला.

'कळलं साहेब. पण ते गाव फार हिरवट आहे. चमत्कारिक अनुभव येतात. गावच्या लोकांना किती सांगून पाहिलं, पण पटत नाही.' गुरुजी शरमिंधे हसत आपली असहायता सांगत होते.

'तुम्हांला तरी पटलं का हो?' एकदम विषय पालटल्यागत खालचा सूर लागला. गुरुजींना वाटलं, साहेबांची खात्री झाली.

'मला ते कधीच पटलं आहे.'

'तुमच्या म्हाताऱ्या आईपाशी कोण आहे आता?' साहेब आपुलकीनं चौकशी करू लागले.

'पत्नी आहे. दोन मुली आहेत.'

'दोन मुली आहेत का?'

'हो. आठ वर्षाची एक नि पाच वर्षाची एक.' चौकशीमुळं त्यांना बरं वाटत होतं.

'बस्स! म्हणजे तुम्ही नियोजन अगोदरच केलंय तर.'

गुरुजी संकोचले. '... तसं केलंयच म्हणायचं.'

'ऑपरेशन करून घेतलंय तुम्ही?'

'नाही नाही. पत्नीला सध्या सहावा महिना आहे. तिला मुलगा झाला तर तीच

बाळंतपणानंतर ऑपरेशन करून घेणार आहे.'

"आणि मुलगी झाली तर?"

"मुलगा व्हावा अशी तिची इच्छा आहे." गुरुजी खूपच संकोचले. "... स्त्रियांच्या भावना असतात. मुलगा असावा असं त्यांना वाटतं."

"अस्सं! तुम्हाला काय वाटतं?"

"पुरुषांचं नाही म्हटलं तरी थोडं वेगळं पडतं."

"मग तुम्हीच आता ऑपरेशन करून टाका म्हणजे झालं. निदान सरकवलीची तीन माणसं तरी नोंदविली जाऊ देत."

गुरुजी अचानक हबकले. पायांखालची जमीन खचल्यागत उभे राहिले. दारातला शिपाई त्यांच्याकडे बघून मिस्किलपणे ओठांतल्या ओठांत हसत होता.

"हा घ्या फॉर्म. बसा असे खुर्चीवर. आणि फार्म भरून द्या." साहेबांनी अत्यंत थंडपणे फॉर्म काढला नि टेबलावर ठेवला.

"पण साहेब. बाळंतपण झाल्यावर पत्नी ऑपरेशन करून घेणार आहे."

"त्यांचं त्या घेतील. तुमचं तुम्ही घेऊन टाका. दोघांनीही घेतलं तर काही बिघडत नाही. उलट फारच उत्तम प्रकृती होईल. दोन्हीही बाजू चोख राहतील."

"पण बाळंतपणानंतर तिनं नाही करून घेतलं तर मग मी घेईनच."

"अहो बाळंतपणाचा नि तुमचा काय संबंध? एकूण तीन मुलं होणारच ना तुम्हाला? खरं म्हणजे आता दोन मुलांवरच ऑपरेशन करून घेतात."

"पण मुलगा की मुलगी ते तरी पाहायला पाहिजे, साहेब." मन घट्ट करून जिवाच्या आकांतानं गुरुजी बोलू लागले.

"काय पाहाण्याची गरज आहे आता? ह्या दोन मुलींवरच संसार करताना तुमच्या नाकी नऊ येतील. चला बघू; हा फॉर्म भरून द्या; नि ऑपरेशनला उभे राहा जा."

"मला थोडा विचार तरी करायला अवधी द्या."

"आता कसला विचार? 'दोन किंवा तीन पुरेत' हा विचार सरकारनं अगोदरच सांगून ठेवलाय."

"निदान पत्नीचा विचार घेतला पाहिजे."

"मूर्ख आहात. जास्त बोलायला लावू नका. हा फॉर्म भरा अगोदर." साहेबांची सहनशीलता संपली. "सामोपचाराची भाषा तुम्हा मास्तरांना कळत नाही."

गुरुजींनी नकळत जाऊन फॉर्म हातात घेतला.

"बसा खुर्चीवर नि भरा तो फॉर्म."

गुरुजी नाइलाजानं खुर्चीवर बसले. त्यांनी फॉर्मवर डोळे फिरवले. सगळा मजकूर तयार होता. फक्त दोन-चार ठिकाणी कोऱ्या जागा भरावयाच्या होत्या.

''साहेब, ह्यावर पत्नीची पण सही पाहिजे.'' त्यांना दरदरून घाम येत होता. घशाला कोरड पडली होती. ''... मी असं करतो; फॉर्म घेऊन जातो नि तिचा विचार घेऊन नि सही घेऊन येतो.''

''हे पाहा, मिस्टर मोरे, उगीच हुज्जत घालत बसू नका. तुमच्या गावच्या दोघा शिक्षकांनी सकाळीच ऑपरेशन करून घेतलं आहे. तुम्ही घेतलं नाही तर त्याचा परिणाम वाईट होईल. सांगून ठेवतो. नोकरी करायची आहे ना तुम्हाला?''

''पत्नीची सही तरी आणतो.''

''ती आम्ही नंतर येऊन घेऊन जाऊ. तुम्ही भरा फॉर्म.''

... गुरुजींच्या हातापायांतली शक्ती गेली. डोक्यात रक्त सारखं पळू लागलं नि चिनभिन होऊ लागलं. विचार करायलाही त्यांना जमेना. सासने-शिंदे गुरुजींची अवस्था काय झाली याची त्यांना कल्पना आली. एडकेसाहेबांविषयी ते ऐकूनही भरपूर होते. जन्माच्या नोकरीचा प्रश्न होता. थरथरत्या हातानं ते फॉर्म भरू लागले. कुठं काय लिहायचं सुचतच नव्हतं...

सही करून त्यांनी फॉर्म एडकेसाहेबांच्याकडं सारला.

''साहेब, एक कळकळीची विनंती आहे. घरी न कळवता ऑपरेशन करायला मला बरं वाटत नाही. काही कमी जास्त झालं तर...?''

''काळजी करण्याचं काही कारण नाही. सकाळी ऑपरेशन करून संध्याकाळी सुद्धा घरी जाऊ शकता. नुसती बोटभर जखम असते. दोन दिवसांत पूर्ववत होतं नि पूर्ण बरं वाटतं– जामसांडे;'' त्यांनी शिपायाला हाक मारली. ''हा फॉर्म घेऊन जा. डॉक्टरना आमच्या खात्याची केस आहे म्हणून सांग...''

अशा खूप केसीस जामसांडेनं डॉक्टरांच्या स्वाधीन केल्या होत्या. तो गुरुजींना घेऊन चालला. सगळी व्यवस्था करून पाळीला उभं राहायला सांगितलं नि तो परतला.

पाळीत असताना सासने आणि शिंदे गुरुजींचा सल्ला घ्यावा असं त्यांना वाटलं, पण त्यांना तिकडं कुणी जाऊच देईना. लांबूनच त्यांनी त्यांच्याकडं दृष्टिक्षेप टाकला... दोघेही उताणे होऊन पेशंटच्या रांगेत पडले होते. सर्वस्व गमावल्यासारखे त्यांचे चिंताक्रांत चेहरे. डोळे आभाळाकडं स्थिरपणे लागलेले. गालफडं आत ओढलेली...

क्षणभर दारापाशी थांबल्यावर स्वयंसेवकांनी त्यांना बाहेर जाण्यास सांगितलं. दुसऱ्या बाजूला रांग हळूहळू पडद्यामागं सरकताना दिसत होती.

... गुरुजींना लघवीची भावना झाली. स्वयंसेवकाला सांगून ते जागा शोधण्याच्या निमित्तानं बाजूला आले.

“नसबंदी शिबिर हेच का?” तीन मेंढरांना ओढून आणत एक इसम विचारत होता.

“हेच हेच. काय पावण्या? शीर तोडून घ्यायला आलाईस का?” गांधी टोपीवाल्याचा प्रश्न.

“न्हाई बा.”

“... ही बकरी कशाला आणलाईस? माणसांच्याच शिरा तोडत्यात हितं; बकऱ्यांच्या न्हवं.”

पाव्हणा हॅ हॅ करून हसला.

“बकरी कापायाची हाईत ही. पैसे देऊन साहेब कालच गेल्यात. आज बकरी पोहचती करून जा म्हटलं हुतं.”

“सांजच्याला जेवणाची तयारी दिसती... आज सगळ्या पेशेंटांस्नी पुलाव हाये, नाही का?”

“कुठं बांधू ही?”

“कुणी आणायला सांगिटली हुती?”

“पावटेसाहेब म्हणून हाईत बघा.”

“हां हां. चावडीत आत बसलं असतील बघ. बांध जा त्येंच्या टेबलाच्या पायाला.”

पाव्हणा हसत चावडीकडं चालला. गुरुजी तिथंच उभे होते. पाय खरडत नि मानांना दोऱ्यांचा गळफास आवळून घेत जाणारी बकरी त्यांनी पाहिली...

“लघवीला जायची सोय कुठं आहे हो.” गुरुजींनी गांधीटोपीवाल्यालाच विचारलं.

“त्या हॉटेलच्या मागं मुताऱ्या हायत बघा.”

गुरुजी तिकडं चालले.

पोटात जास्तच ढवळत होतं. लघवीला जाऊन परत येताना ते हॉटेलात शिरले. खुर्चीचा आधार घेऊन बसले.

“काय पाहिजे?” पोऱ्या.

“पाणी आण, आणि एक चहा आण.”... तहान खूप लागली होती.

चहाचा घोट घेत शांतपणे बसले.

शेजारच्या टेबलावर शिबिरातल्या कालच्या घटनेवर चर्चा चालली होती. पैशांच्या आमिषानं दोघेजण शस्त्रक्रिया करून घ्यायला आलेले. नावं दिली. टेबलावर घ्यायच्या वेळी तोंडाला दारूचा वास. डॉक्टरांना संशय. दारू उतरल्यावर शस्त्रक्रियेला यायला सांगितलं. नंतर कळले की दोघेही अविवाहित होते. बायकांच्या खोट्या निशाण्या फॉर्मवर करून आलेले.

“... काय केलं मग त्यास्नी?”

“काय करत्यात? दारू उतरल्यावर कसून चौकशी करताना पशार झालं.”

...पसार झाले! बारा वाजून गेलेत. दीड वाजता गानगाव गाडी आहे. त्या गाडीनं सरकवलीला पसार व्हावं. वत्सलाला विचारल्याशिवाय आपण नाही ऑपरेशन करणार. आईला दमा. वत्सला गरोदर. ...तिला तिसरी मुलगीच झाली तर? ... तर जीव देईल ती. तिला मुलगा हवा आहे. आईलाही नातू हवा आहे. ...आपला वंश! आपण इथून पसारच झालं पाहिजे. ...साहेब काय जन्मभर पोटाला घालणार आहे? आयुष्याचा प्रश्न आहे माझ्या...

चहाचे पैसे देऊन गुरुजी तडका-फडकी उठले नि मागं-पुढं पाहात बसस्टँडची वाट तरातरा चालू लागले.

चार वाजता चिखल तुडवत घरी येऊन पोचले. हातपाय नि मन सगळंच गळून गेलेलं.

... वृद्ध आईचा भाता संध्याकाळ होईल तसा वाढत होता. पत्नी अवघडून सोप्यात बसली होती. शुभा मुकाटपणे वहीवर प्रश्नांची उत्तरं लिहून काढत होती. सुमानं आपली मातीची भांडी मांडली होती. ...यांना भाऊ पाहिजेच. घरात पुरुष पाहिजे. माझ्या पाठीमागं यांना कोण?

हात-पाय धुतल्यावर ते पुसून भिंतीला डोकं नि पाठ टेकून निराधार बसले... भविष्यातली नको नको ती चित्रं त्यांच्या कल्पनेसमोर येऊ लागली. काहीच बोलेनात.

“लगेच परत आलासा?” पत्नीनं बोलणं सुरू केलं.

“एडकेसाहेब म्हणत होते; ऑपरेशन करून घे. म्हणून न सांगताच निघून आलोय.”

“न सांगता आलासा!” तिची धास्ती.

“हां! ऑपरेशन करून घेतल्याशिवाय सोडायला तयार नव्हते. शिंदे-सासने गुरुजींची अशीच ऑपरेशनं केली. म्हणून फॉर्म भरला नि चहा घेऊन येतो म्हणून आलो... आता काय व्हायचं ते होऊ दे. पोटात ढवळल्यासारखं होतंय; मला जरा चहा करून दे.”

पत्नी भुईला हाताचा रेटा देऊन उठली. एक पाय ओढत चुलीकडं गेली.

रात्री घराचं दार बंद केल्यावर त्यांना बरं वाटलं. कुणीच तालुक्याचं आलं नाही. सासने-शिंदे गुरुजी यांच्या घरी माहिती द्यायलासुद्धा ते गेले नाहीत. दार बंद करून गप्प झोपले.

पत्नीशेजारी दोन्ही मुली जेवून शांतपणे झोपल्या होत्या. दोघींच्या अंगावर सारखे फ्रॉक्स. दोघींना दोन दोन वेण्या. त्यांत असलेल्या पिवळ्या रिबिनी... वाढू पाहणाऱ्या कोवळ्या वेली! मंद उजेडात त्यांनी त्यांच्या चेहऱ्यावरून हळुवार हात

फिरविला... तुम्हांला भाऊ हवाच. माझ्या मागं भाऊच तुम्हांला चांगलं बघील बाळांनो.

जीव व्याकुळ झाला. दुपारच्या प्रसंगाची आठवण झाली नि त्यांच्या मनावर खूप ताण आला. निवांत झोपलेल्या पत्नीजवळ जाऊन ते झोपले.

... तिच्या उबेचा त्यांना आधार घ्यावासा वाटला. लहान मुलासारखे ते तिच्या कुशीत शिरले... डोळ्यांपासून ऊनऊन पाणी पडत होतं. पत्नीच्या दंडावर ते सांडलं.

"डोळ्यांत पाणी!"

त्यांनी दीर्घ श्वास सोडला. हुंदका आल्यासारखं झालं.

"टिपं गाळायचं काय कारण? एडके साहेब काय आपणाला फाशी देणार आहेत? ऑपरेशन न करता आलासा तेच बरं झालं. नाहीतर साऱ्या जन्माचं वाटोळं झालं असतं..."

त्यांनी मन आवरलं. पत्नीच्या शब्दांनी बरं वाटलं. त्यांनी अश्रू पुसले... नकळत हळुवार हात पत्नीच्या उबार गोल पोटावर फिरू लागला. मवाळ टणक स्पर्श.

"मुलगा होईल काय गं तुला?" अंधारातच त्यांनी विचारलं.

"ते आता देवाच्या हातात आहे... मुलगा झाला तर त्याच्यासाठी मी मोठा सत्यनारायण करीन."

"श्रीराम! श्रीराम! श्रीराम!" गुरुजींनी मन भरून देवाचं नाव घेतलं.

आठ दिवस छान गेले. नंतरचा आलेला रविवारही मजेत गेला. सोमवारी सकाळी उठल्यावर त्यांची शाळेला जाण्यासाठी घाई सुरू झाली. सगळं आटोपून ते जेवायला बसले नि शिपाई पुन्हा दारात दिसला. त्याच्या हातात बंद पाकीट होतं.

... गुरुजीचं अवसान गेलं.

पाकीट देऊन नि पोच घेऊन शिपाई गेला नि गुरुजींनी थरथरत्या हातांनी ते फोडलं... "ताबडतोब बदली!"

त्यांचं डोकं गरगरलं.

"काय आहे?" पत्नी.

"बदली झाली नंदगावला."

"कधी झाली?" तिचं पोट जड शिशागत झालं. पाय लटपटले.

"ताबडतोब."

गुरुजी तिथंच बसले... नंदगाव! पाऽर कोकणात. धो धो पाऊस लागणारं गाव, नऊ मैल चालत जावं लागणारं. जंगलची करपाड. पत्ता नाही ते अंगाला डसणाऱ्या नि रक्त पिऊन टच्च होणाऱ्या किड्यांसाठी प्रसिद्ध ...शिक्षकांचं अंदमान! आणखी

काय काय होणार पुढं...

...भोवतीनं घर गरगरू लागलं. पत्नी उठू पाहत होती, पण तिचा पाय सरळ होत नव्हता. आईच्या दम्याची उबळ आता वाढत होती. तिच्याकडं जायचं भान कुणालाच राहिलं नव्हतं. ... शुभा आणि सुमा खाली बघून जेवत होत्या नि बाहेर रात्रभर भरून आलेलं आभाळ टपाटपा गळू लागलं होतं.

❖

पालवी आणि पानगळ

ईस-पंचवीस वर्सं झाली होती, हे गाव सोडून. अजून तो दिवस आठवला की उरात भडभडून येतंय.

तीन भाऊ. एक रांडमुंड बहीण, थानचं मूल घेऊन राहायला आलेली. वय झालेली आई. बा मरून दोन-अडीच वर्सं झालेली. आणि तसल्यात मी एकटा काम करणारा. सगळ्यात वडील. समद्यांचा दादा. बा मरून गेल्यावर सगळं सावकार कर्जांचं स्टांप घेऊन माझ्या घराकडं खेटा मारत होतं. मला तर त्यातलं खरं-खोटं काहीच कळत नव्हतं. दारू आणि जुगारात बाऽ नं मनगंड बोजा काढून ठेवला होता. मळ्यात वर्साकाठी जे काय पिकायचं ते मोडून थोडं सावकार वाटंला लावलं होतं. पर समदं आभाळ फाटलं होतं, त्याला मी एकट्यानं कुठं तटवून धरायचं? मला आवरलं नाही.

दोन सालं दोघा-तिघा सावकारांचं कर्जांचं हप्ते तटून राहिलं होतं. कोण कुणाची दया-माया करणार?

एक दिस असाच उनाचं आंब्याच्या झाडाबुडी पडलो होतो. मोटा सुटल्या होत्या. उसात जाऊन दोन दोन पाती समद्यांनी काढल्या होत्या. बैलं झापाच्या मांडवात पाला खाईत होती. मला कर्जाचा घोर लागला होता. उगंच माझी नजर गावच्या पांदीकडं गेली. दोन पोलीस आणि त्यांच्याबरोबर कोणतरी असामी येत होता. मन ढेकळागत विरघळून पाणी झालं. मी गापदिशी उठलो. उशाला घेतलेल्या पटक्याची कसपटं झाडली आणि तो डोसक्याला कसातरी गुंडाळला, ''रामजी, जरा गावातनं येतो.'' म्हणून रानाच्या वरतीकडंच्या वड्यानं पाय काढला आणि गाव सोडलं!

आणि ईस-पंचवीस सालं पोट भरलं. कसं नि काय? कुत्रंबी पोट भरतंच जन्माला येऊन. माझं त्यासारखंच.

आज परत आलो होतो. कशाचीबी आशा नव्हती, पर पाठीमागची ओढ लागली होती. मन कातळागत कठीण करून गेलो होतो, पर पाझर फुटत होता, ऐकत नव्हता. जे काय झालं असेल ते बघायच्या तयारीनं आलो होतो. आई दोन वर्सातच आटपली असणार याची मनात गाठ बसली होती.... मळा-घर, ढोरं-पीक समदं जप्त होऊन गेलं असणारं! माझी भावंडं बसली असतील कुणाचं तर नाडं

तोडत. कुणाच्या तर वळचणीला त्यांस्नी थारा मिळाला असंल! एक ना दोन, तळ्याचा बांध फुटल्यागत मन वाहवत होतं. आणि मी गावात पाऊल टाकत होतो.

घराची जागा ओळखली. पर घर ओळखलं नाही. माझं घर नव्हतंच ते. दोन मजली कुणीतरी बांधलं होतं. उंबऱ्यात जाऊन मी विचारलं, "कोण हाय घरात?"

"काय पायजे?" एक पोरगं कुडत्यानं तोंड पुसत पुसत, पळत येऊन म्हणालं.

"तुझी आई हाय घरात?"

काहीच न बोलता ते घरात 'आई' म्हणत पळालं. दोन-तीन मुलांचं वय झालेली एक बाई हातात अर्धवट थापटलेली भाकरी घेऊन तशीच आली.

"कोण पायजे?" तिनं विचारलं.

"बल्लाळाचं घर कुठलं?" मी विचारलं.

"हेच, पर कोणच्या बल्लाळाचं? हितं तीन घरं हाईत बल्लाळाची." नाकावरचा घाम मनगटानं पुसत ती बाई बोलली.

माझा जीव सुपाएवढा झाला. मी जरासा हसलो, "हे कोणच्या बल्लाळाचं घर?" सबागती विचारून गेलो. माझं चुकलं होतं. तिनं तोंडाला पदर लावला. नाव कसं घेणार ती? मलाबी काही सुचेना. मी तिला विचारलं, "बाई, तू रावजी बल्लाळाची सून नव्हं?"

"व्हय."

"थोरली का मधली?"

ती उत्तरली. "मधली." थोरली सून अजून रावजी बल्लाळाला नव्हती. अजून माझं लग्नच झालं नव्हतं.

मी म्हटलं, "रामजी कुठं हाय?"

"रामजी दाजीबा पलीकडच्या घरात ऱ्हात्यात, हे त्येंच्या धाकट्या भावाचं घर!"

"बरं, मग किसबा कवा येईल घराकडं?"

"राच्चं जेवायला येतील ते."

"मग मी राच्चं येतो." मी पाय बाहेर घेटला. बाईनं नाव विचारलं.

"मी आलोय परगावासनं. सांजचं येऊन सांगीन सगळं!" पुढं बघून चालू लागलो.

मनाला आभाळाचं पण आलं होतं. माझं समदंच भण-भाऊ रांकेला लागलं होतं. गावात कसलीबी चौकशी न करता मी माझ्या मळ्याची वाट धरली. थोडंसं वाईट वाटलं होतं. मनात आल्याप्रमाणं आई दिसली नव्हती. समद्यांनी संसार थाटला होता. वाईट वाटलं ते हेच की मला कुणी हिशोबात धरलं नव्हतं. रावजी बल्लाळाच्या पोटी मी पहिल्यांदा झालो. मी पहिला पोरगा. माझी बायको ती रावजीची थोरली सून झाली असती. पर आता रामजीच थोरला झाला होता. आणि माझं नाव समद्यांनी लोकांपुढनं

पुसून टाकलं होतं. जरासं वंगाळ वाटलं. पण समदी माणसात हाईत म्हणून बरंबी वाटलं.

गावात बराच बदल झाला होता. येसबा माळ्याच्या घराच्या जागी दवाखाना उघडला होता. माळ्याच्या वंसाची वेल चढली नसावी. घर तर मी होतो, त्या वेळंलाच मोडकळीला आलं होतं. बाळा पाटलाचं जंगी परडं होतं. त्या परड्यात मांगा-महारांनी आता घरं बांधली होती. उरसात पालं मारल्यागत एका ओळीत घरं होती.

मळ्याकडची पांद बाळापाटलाच्या परड्यातनं जवळ पडती. म्हणून मी मधनंच घुसलो होतो. पांदीला लागलो. जरा बावचळलोच. पांदबी ओळखंना. ही पांद नुसती मळ्याकडं जाणारी नाही. थेट तेल्याच्या माळापर्यंत गेली की पिंपळगावच्या शिवंला भिडती. बाजार भरला की या पांदीत रायधार माणूस येतं. माळवं मिरची घेऊन पिंपळगावच्या गाड्या ईळभर येत्यात नि जात्यात.

किल्ल्यापासनं पुढच्या पांदीत तेल्याच्या माळाचं पावसाळ्यात सारं पाणी गोळा होऊन वाहतं. त्यामुळं पावसुळ्यात गुडघ्याएवढा चिखल होतो. गाड्या असल्याशिवाय वझी पलीकडं जात नाहीत. मोकळी माणसं एक पाय घालून दुसरा पाय काढत कशीतरी बाहेर पडायची. त्या बिगर दुसरी वाटबी नव्हती.

ती पांद आज पुरुषभर वर आली होती. पांदीकडची पदमाप्पाची पडकी विहीर मुजवून टाकली होती. पांदीकडलीच कोकण्याची दुसरी विहीर. तिच्या धावंवर जंगी उंबर होता. त्याच्या सावलीत मोटा सुटल्यावर कोणबी वाटसरू घटकाभर पडायचा. बसून पाठीची भाकर खायचा. पाणी प्यायचा आणि दुवा देत निघून जायचा. तो उंबरही तिथं नव्हता. ती विहीर कशी भयाण दिसत होती. त्याच धावंवर आता वणवण ऊन जळत होतं. पांदीकडंची विहिरीची बाजू बांधून घेतली होती. वंगाळ वाटलं.

त्या धावंवर घटकाभर बसल्याबिगर चैन पडेना. पाटाकडंच्या धुणं धुयाच्या धोंड्यावर मी जाऊन बसलो. पटका काढला. डोसक्याचा घाम बोटानं निरपला. उनाचा ठणका सुरूच होता. वाटंवरच्या फुप्पुट्यातनं उनाच्या झळा निघत होत्या. पाणी लाटाळल्यागत वाटत होतं. सरळ माळापर्यंत पांदीत भर टाकली होती. नीट-घोल केली होती. वाटंवर गाडीवाटंचं चाकोरं जराबी पडलं नव्हतं. मोटारीच्या सडकंगत सफय होती. एक आठवण झाली.

...पांदीला गाडी लागली होती. बैलं मुसमुसत चालली होती. चाकोरीत गाडी पडली होती. अधनंमधनं दांडगं दांडगं दगडांचं रवळं पडलं होतं. त्यांच्यावर एकादं चाक चढायचं आणि गाडीला हाबकं बसायचं. नुकतंच वंगण चाकांस्नी टाकलं होतं. खडाखडा वाजत कडाण्यांच्या आवाजात, गार हवेत गाडी मारायला न्यारीच चव आली होती आणि याच विहिरीपाशी एका दांडग्या धोंड्यावर गाडी चढून आपटली आणि कणा मोडला. मी कोलमडलो. गाडी एका अंगावर कलंडून पडली. गुडघं सालटलं. दगडाला पन्नास शिव्या मोजत मी उठून बसलो. बैलांच्या सापत्या सोडून

जुवालाच बैलं बांधली. बैलांच्या कुबांडपणानंच गाडीचा कणा मोडला म्हणून दुमता कोयंडा करून मोऱ्या बैलाची पाठ फोकलून काढली. कोंकण्याच्या टेकडीवरनं किसबाला हाक मारली. किसबा दुसरी गाडी घेऊन आला. तिच्यात मी गूळ भरून कोल्हापूरची वाट धरली.

त्या वक्ताला पांदीचा काव आला होता. त्याच साली आम्ही सगळ्या मळेकऱ्यांनी दोन-चार गाड्या पाच-सहा दिवस लावून जुगू-तुगू चालण्याजोगी पांद सरळ करून घेतली होती. दांडगं दांडगं धोंडं बाजूला सारलं होतं. त्या धोंड्यांवर कितींदातरी पांदीनं जाताना मी सुपाऱ्या फोडल्या होत्या. इष्टमैतर भेटल्यावर बसून पानं खाल्ली. चुन्याची बोटं पुसली होती. राख झालेली तंबाखू झाडली होती. जाता-येता हे सदा चालायचं. डोळ्यास्नी दिसायचं. नुसतं दिसायचं आणि मी पुढं चालायचा.

आज त्याची आठवण झाली. ते धोंडं; ती दगडं; मनाम्होरं जशीच्या तशी दिसाय लागली. चौगुल्याच्या निंबाबुडी भली दांडगी गुंडी होती. तीबी आज त्या निंबाबरोबर गायब झालेली होती. पांदीतनं खाच-खळगं आज दिसत नव्हतं. सगळं सरळ, गुळगुळीत दिसत होतं, पर मन कुठं तरी, आत हुरहुराय लागलं होतं. तिथं बसून पाठीमागं गावाकडं बघितलं. निरनिराळी घरं उठली होती. गावात शिरल्यापासनं बघत होतो कुणी ओळखीचं भेटतं का! पर कुणीच दिसत नव्हतं. सगळीकडं गांधी टोप्या नाहीतर बोडकी माणसं. पटकंवाला एखादा दिसला की मी न्याहाळून बघायचा. असं बरंच बघितलं. पर कुणाचीच ओळख लागेना. कुठल्या तरी परक्या गावात आल्यागत वाटत होतं. आता ही पांद बघून तर मन उदास झालं. आपली पांद, आपलं गाव, आपली माणसं गेली...कशाला ह्या गावात आलो? कुणीच आपलं नाही.

तिथनंच फिरावं नि आलो तसं आपल्या मुलखाला पाऽर निघून जावं असं वाटू लागलं. पर मन तेबी करायला धजेना. भावांची, माझ्या मळ्याची ओढ लागली होती. जीव पुन्हा पुन्हा त्या मळ्याकडं चालला होता.

उठलो आणि तरातरा पांदीनं चालू लागलो. दीस भरमधी येऊन तापून रवा झाला होता. पुढं माळाची वाट. पांदीच्या कडनं एकबी झाड नाही. सगळी धगधग होत होती. फुफाट्यातनं जाताना पाय मातीनं तांबडं तांबडं होत होतं. पंचवीस वर्सांत ही माती अंगावर पडली नव्हती, डोळ्यांत उडली नव्हती, की घामात कालवली नव्हती. बऱ्याच दिवसांनी आई भेटत होती. पायाला डसत होती, अंग मळून पवित्र होत होतं. हुरदं भरून वर वर येत होतं. बरं वाटू लागलं. रणरणणारं ऊनबी आपलंच वाटू लागलं.

तळ्याकडंचा म्हसोबा मात्र अजून तसाच होता. तळंबी तसंच होतं. माळाची चराय आलेली म्हसरं त्यात पाणी प्यायची. पोहणी पडायची. शेणामुतानं तळ्याचं पाणी हिरवंगार व्हायचं. आता तळ्यात पाणी सुमारच दिसलं. ढोरंबी आसपास कुठं दिसली नाहीत. कशी दिसणार? उन्हाळ्याचं दीस.

मळ्याच्या शिवेलगतचा वडा आला. वड्याला बारमाही पाणी होतं. पाण्यात पाय बुडविलं. चूळ भरली. तोंड खळखळून घेतलं. घुटकाभर पाणी प्यालो. तीच चव... जिभेला जुन्या जुन्या आठवणी झाल्या. बरं वाटलं. पटक्याच्या शेमल्यानं तोंड पुसलं. सभोवार बघितलं. वडा जसाच्या तसा होता. मेसाची बेटं दाटकिर्र तशीच करकरत होती. डाव्या बाजूची चव्हाणाची बुडकी तशीच एका मोटवाणीला डोक्यावर धरून उभी होती. पलीकडच्या डमकांत दोन रेडं बसलं होतं. उसाच्या कडेनं चरलेलं ते रेडं पाण्यात आराम करतेलं. एक काळंशार पोरगं त्याच्या पाठी दगडानं घासत होतं; वर पाणी शिंपडत होतं. ओढा गुमान वाहत होता. माझं मन उमलून आलं... तरणं व्हावं. ऐन पंचवीसतल्या काळात फिरून यावं, असं वाटू लागलं.

पायवाटंनं माझ्या मळ्यात घुसलो. जवळची वाट मोडून; चुलाणापासनं केली होती. तिथनं मी उसाच्या रानाकडनं खोपीकडं जाऊ लागलो. बांधावरच्या जुन्या बाभळा बऱ्याच नाहीशा झाल्या होत्या. बारीक सारीक झुडपं वाढत होती. चुलाणाशेजारची बारकी खोप जाऊन; लांबलचक चार आकणी खोप घाटलेली होती. मन सुपागत झालं. खोपीच्या बंदाट्या मेसाच्या होत्या. वरचा पाला कळकीखाली वळणात पसरलेला होता. आत घुंगुरटी जायलाबी कुडात सांदर नव्हती. धनवान शेतकऱ्याच्या खोपीगत आढं-मेडकं जिथल्या तिथं होतं... पहिलंची खोप अशी नव्हती. ऐसपैस एकच आकण असायचं. शेवरीच्या बंदाट्या कुडाला घातलेल्या असायच्या. वरचं छप्पर कसंबी पातळ पातळ असायचं. दर साली त्या खोपीची मोडतोड बघाय लागायची, घाण्याची सुगी आली की तेवढंच गुऱ्हाळ पाच-सात दीस करून पुन्हा खोपीचं तोंड बंद असायचं. पावसुळ्यात त्या खोपीत आम्ही घरकामाचं जळण रचून ठेवायचं. पर आज खोप तालेवारासारखी फैना बांधलेली. दाराला नव्या चालीचं पांढरं कुलूप लावलेलं होतं. म्हणून धावंकडंच्या खोपीकडं चाललो.

उसाचा फड दुपटी-तिपटीनं वाढला होता. ढिगानं लागलेला. गुऱ्हाळाला आला होता. मी धावंवर जाऊन पोचलो.

एक रोडका माणूस म्हशीच्या दाव्याला खाली बघून मुदन करत होता. पाठीमागं हात बांधून मी त्याच्याम्होरं हळूहळू जाऊ लागलो. त्यानं मान वर केली.

"काय पायजे गा."

मला आवाज ओळखला.

"किसबा!"

तो बावचळला. मला हसत हसत म्हणाला, "काय वळख लागली न्हाई हो पावणं."

मला गहिंवरून आलं. "किसबा, माझी वळक लागत न्हाई तुला? मी दत्तबा."

"दादा" त्यानं दावं तिथंच टाकून कडकडून मिठी मारली. हाडं मोडूस्तर आम्ही

एकमेकाला आवळून भेटलो.

"रामजी, मारुती कुठं हाईत?"

"थांब त्यांस्नी बलवून आणतो. वरतीकडं गवत कापायला गेल्यात." असं म्हणून किसबानं पायांत पायतण घातलं आणि तो हातात दोरी घेऊन वरतीकडं दनाट सुटला. ठकून पांजार झाला होता. तरी त्याच्या हाताला सांदा नव्हता... त्याच्या पाठीमागं जन्मापासनं काम लागलंय. अजूनबी सुटलेलं दिसत नाही.

सगळे एका जागी जमलो. कडाकडा भेटलो. रामजीनं मिशा राखल्या होत्या. जंग झाला होता. मारुती पैलं होता तसाच. थोडा जास्तच सुकलेला.

...पोट भरून डोळ्यातनं पाणी गाळल्यावर समदं सांगितलं. ऐन पंचविशीत पळून गेलेलो. तसाच होतो. लगीनबी केलं नव्हतं. आता तर पन्नाशी सरलेली. सगळ्यांस्नी वंगाळ वाटलं. पर्तेकानं लगनं करून घेतलेली. पोराबाळांच्या संसारात ज्यो त्यो रमून गेलेला. उदंड वाटलं. माझंच लगीन झालं नाही त्याचं वंगाळ वाटलं.

पांडूनं भाकरी आणली होती. ती समद्यांनी सोडली. एका फडक्यावरच सोडून खाल्ली. बारकं बाचकं भरून दही होतं. लसूण घालून केलेली चटणी होती. पांढऱ्या शिप्पूर शाळवाची भाकरी. एकच खाल्ली. तरी पोट भरलं. सजुगऱ्याची भाकरी नि भाजीचा पाला उकडून खायाचं दीस गेलं होतं.

"रामा, मळा देवाच्या बागंगत केलाईस." मी बोललो.

"लई कष्ट पडलं, दादा. आमचं सरकार आलं नि समदं आमच्या पदरात पडलं."

"ते कसं?"

"सावकारीचा नष्टावा झाला. मूळ मुदलावर रक्कम आदूगरच भागिवली होती. मग फुडं ऐताच मळा मिळाला. मोटा कमी झाल्या नि इंजनं आली; म्हणून पाण्याखालची रानंबी जादा भिजू लागली."

"ब्येस झालं बघ. आणि घर कवा बांधलं?"

"तिघांस्नी तीन घरं बांधली की जागा इकत घेऊन. पाच-सात सालांतली कमाई हाय ही."

"मळ्यानंबी धन दिली वाटतं?"

"तर. पहिली तीनचार सालं काय मिळालं न्हाई. पर मग तगाई, कर्ज, खतं उधार मिळाली नि मनगंड पिकू लागलं."

पोट भरून बोलल्यावर ज्यो त्यो कामाला लागला. मी मळ्याच्या भोवतीनं एक फेरी उगंच टाकली. भुतासारखा ऊस लागला होता. भाजीच्या आवडात कोबी, नवलकोल, कोथंबीर, भेंडी, बावची रगडून भरली होती. भाजी काय न्याऱ्याच तऱ्हंनं लावली होती. जुनी तऱ्हा मागं पडलेली दिसली. मळ्याला चारी बाजूंनी भलं जंग बांध टाकलं होतं. आंब्याची नवी झाडं डेरं बसल्यागत दिसत होती.... समदं बघून

जीव थंडगार झाला. परत आलो नि ऊन झालं म्हणून घटकाभर लवंडलो.

मनासमोरचा अंधार पाणी हलल्यागत हलला नि हळूहळू दिसाय लागलं. इकडं बघाय गेलं तर माझं गाव, नि तिकडं बघायं गेलं तर ते नव्हतंबी. मांग वाड्यातल्या पाल्याच्या खोपटातनं कच्च्या विटांची घरं उगवाय लागली होती. दगडा-धोंड्यांच्या पांदीतनं मोटारीच्या वाटा पसराय लागल्या होत्या. माझ्या एका घराला तीन फांद्या फुटल्या होत्या. त्या फांद्यांस्नी फळं लागली होती. मारुती, रामजी नि किसबाला आंब्याच्या झाडांची कोवळी पालवी फुटल्यागत दिसत होतं. आणि ते खदाखदा हासाय लागलं होतं. माझ्या अंगाखालच्या पटकुराची एकदम गादी झाली.

...तरणाबांड झालेलो. कुणाचं घर काय ओळखत नव्हतं. पर बसायला गादी घातली होती. मुलगी बघाय आलो होतो. समोर पाटावर बसलेली गोरीपान मुलगी. तिची केळाच्या फण्यानं वटी भरलेली. हळद-कुंकू लावून माणसं बाजूला सरतेली. मी एकटक नजरनं तिच्याकडं बघत बसलेला. पोरगी मनात भरत चालली होती. हिलाच पसंत करायची, याच मुहुर्ताला लगीन करून टाकायचं, असं कायतरी वाटतेलं.

गापदिशी जाग आली. तवा रामाची बायको माशा बसत होत्या म्हणून माझ्या अंगावर आडदणीवरची चादर टाकत होती. जागा होऊन येडबडून उठून बसलो. रामाच्या बायकोकडं बघू लागलो.

"थोरल्याची बायकू मी, दाजिबा."

"रामाची नव्हं?"

"व्हय. ह्यो धाकटा ल्योक. ह्येला धरून तिघंजण ल्याक नि एक पोरगी."

"ब्येस झालं."

काखेतलं पोरगं रामाच्या तोंडातनं पडल्यागत दिसत होतं.

...पर मन उदास झालं. तोंडावरनं हात फिरवायला गेलो नि दाढी हाताला लागली. आठ-धा वर्सापासनं पिकत होती. इचार करून डुईची केसं पिकली का म्हातारपणानं पिकली ते कळत नव्हतं. पर आता वाटू लागलं म्हातारपणानंच पिकली. रामाची बायको चांगली जंग दिसत होती. मला बायको असती तर हिच्यापेक्षा दांडगी दिसली असती. आता कोण देणार मला बायको ह्या वयात? इधवा, पाटाची जरी करून घेतली, तरी इटाळ गेलेलीच मिळणार. भावाची बायका-पोरं बघून जीव तळमळला, तळमळला... तसाच दारातनं दिसणाऱ्या धावंवरच्या वटत जाणाऱ्या आंब्याच्या झाडंकडं बघत बसलो... गोतावळ्यात असतो तर मलाबी पानं, फळं लागली असती. फांद्या फुटल्या असत्या. आता असंच भावांचं पसरणारं संसार बघत ह्या आंब्याच्या सावलीत पडून ऱ्हायाचं. एकदीस माईच्या मातीत मिसळायचं.

दुष्काळानंतरचा पाऊस

दोन वर्षे गावावर पावसाचा एक थेंबही पडला नव्हता. तिसऱ्या वर्षाचा जून महिना संपत आलेला, तरीही आभाळात एखादा पांढराधोट चुकारीचा ढग दिसे. अर्ध्या-अधिक महाराष्ट्रभर हीच दशा. दुष्काळाची भीषण छाया, तसल्यात आमचं गाव कायम ओढाताणीचं. त्यामुळं सगळ्या घरादाराची तारांबळ गावाकडं चालली होती. या दुष्काळात मिळतील तिथं गावाच्या आसपास दुष्काळी कामं घरातली सगळी जणं करत होती. मिळतील तो तुकडा सातजणांत वाटून खात होती.

शहरगावात माझी कारकुनी नोकरी. साधा बी.कॉम. होऊन नोकरीला लागलो होतो. दोन खोल्यांत संसार थाटून बसलो होतो. खेड्याच्या मानानं तसा पैसा मिळत होता, पण शहरात तो महिन्याच्या महिन्याला उडत होता. फार थोडी शिल्लक पडत होती. कधीतरी वेळप्रसंगाला उपयोगी पडेल म्हणून तीही सांभाळून ठेवत होतो.

गावाकडनं पत्र आलं. "हितं दुष्काळी कामं मिळायची मारामार झालीया. तुझ्या वळकीनं काय थोडी कामं तिथं मिळतील काय? दोन्ही पोरांस्नी तिकडं लावून द्यावंसं वाटतंय. टपाल घालून काय ते कळीव." आईचं पत्र. आईला लिहिता-वाचता काही येत नसलं तरी चौथीतनं शाळा सोडून दिलेला रामू आईच्या नावानंच पत्र पाठवतो. त्यामुळं मला त्याचा खरेपणा पटतो, असं त्याला वाटतं.

दोन खोल्यांचा संसार. शहरगावची महागाई. मुख्य म्हणजे ठार अडाणी असलेल्या सदूला आणि तिसरी पास झालेल्या शामूला शहरात कामं देणार कोण? मी ती कुठं हुडकत बसू? आईला नि सगळ्या घरादाराला मी शहरात आहे, त्या अर्थी मोठा माणूस आहे, मी कुठंही कामं मिळवून देईन, असं उगंचच वाटत असतं. पण इथं मला कुत्र्याइतकीही किंमत नाही, हे मी तरी सांगणार कसं? माझं घरादाराला महत्त्व वाटतंय. ती समजूत तशीच ठेवण्यात मलाही एक आनंद वाटत होता. त्यात माझा अहंकार गोंजारला जात होता. मुख्य म्हणजे घरदार माझा शब्द मानत होतं. त्याचा मला कमी-अधिक सतत फायदा होत होता.

मी उलटा विचार केला. इथं दोघा भावांना 'या' म्हणून सांगण्यात खूपच नुकसान आहे. त्यापेक्षा काही थोडी मदत तिकडं पाठवून द्यावी. मलाही कंटाळा आल्यागत झालेलं. रजा बरीच शिल्लक होती. आठ दिवस जाऊन यावंसं वाटलं. दरम्यान सौ. लतालाही माहेरी जाऊन येण्यासारखं होतं.

मी आईला कळवलं, 'मी तिकडे काही पैसे घेऊन येत आहे. इकडं कोणी येऊ नका. पाऊस लवकर पडेल असा वेधशाळेचा अंदाज आहे. काळजी करू नका. प्रत्यक्ष आल्यावर सविस्तर बोलू.'

आईला धीर देणारं पत्रं लिहिलं... खरं म्हणजे मलाच धीर देणारं पत्र. वेधशाळेनं काय अंदाज केला होता, हे मला मुळीच माहीत नव्हतं. तो आपला माझाच अंदाज होता. घरादाराला धीर मिळावा म्हणून व्यक्त केलेला... पाऊस पडणार की नाही हे कुणाला माहीत असतं? कुणालाच माहीत नसतं. पाऊस न पडण्याचं तिसरं दुष्काळी वर्ष चालू होतं. अशा वेळी मी 'पाऊस पडणार नाही' असं मनोमन तरी कसं मानू? तो विचार मनात आणणंही मला अपशकुनी वाटत होतं. खोल मनात कुठं तरी पाऊस यावा, अशी दाट इच्छा होती. ज्यानं माणसं जन्माला घातली, जग निर्माण केलं तो निसर्ग तरी इतकी वर्षं पाऊस कसा बंद ठेवील? तो असं करणार नाही. ते त्यालाच नाशकारक ठरणार आहे... म्हणून मीच वेधशाळेचा अंदाज केला नि पाऊस लवकरच पडेल असं लिहिलं. माझी तशी श्रद्धा होती. जगण्यासाठी एवढी तरी श्रद्धा मनात ठेवावीच लागते.

गावाकडे गेलो.

गाव फोंड्या माळागत दिसत होतं. सकाळी सकाळीच उन्हाच्या झळा येत होत्या. सगळं भगभगीत झालं होतं. तुरळक असलेल्या झाडांनाही पानं नव्हती. त्यांची नुसती पांजरणं झाली होती... पाखरं कुठं बसत असतील कुणास ठाऊक? सालोसाल पाखरांना आपल्या सावल्यांनी धीर देणारी झाडं, पण त्यांच्या सावल्याही हरवलेल्या. झाडांची अशी अवस्था कधी झाली नव्हती. गावच्या आसपासची सगळी रानं भेगाळून गेली होती. तीन वर्षं त्यात पेरणीची औतं फिरलीच नाहीत.

मांगवाड्याच्या कुसवाकडेला जनावरांचे सांगाडे बघून मन गलबलून गेलं. माणसांचे सांगाडे मात्र चालत बोलत होते. पाण्यासाठी दोन दोन मैल भटकत होते. मठाच्या विहिरीत तेवढं खोल खोल पाणी होतं. दोराला घागरी, बादल्या बांधून आत सोडाव्या लागत होत्या नि खरडून खरडून भराव्या लागत होत्या. आत उतरायला पायऱ्या नव्हत्याच. नुसत्या खुंट-पायऱ्या होत्या. वावाला एक एक खुंट. आत काही पडलं तरच दोराच्या आधारानं उतरायला परवानगी. म्हणून तर माणसाला पिण्याला पाणी शिल्लक होतं.

जनावरांना पाणी देणं शक्यच नव्हतं. माळावर कुठं तरी पाखरं मरून पडल्याची बातमी आली होती. त्यांनी पाण्यासाठी दाही दिशा पंखाखाली घातल्या असणार. शेवटी माळाच्या मातीत प्राण पडले. केविलवाणे, अबोल मृत्यू. त्यांनी जगण्यासाठी कुठल्या दुष्काळी कामावर जायचं?

गावापासनं दीड-पावणेदोन मैलांवर एक मोठं तळं होतं. एखाद्या तलावासारखं

वाटणारं. डोंगरावरून येणारे ओहळ आणि ओढे यांचं पाणी अडवून कधी शंभर एक वर्षांपूर्वी तयार केलेलं. त्याचं पाणी आसपासच्या तीन-चार वाड्यांना पिण्यासाठी वापरलं जाई. छोटे छोटे नळ घालून ते पुरवलं जाई. अनेक वर्षांत या तळ्याचा तळ कधी दिसला नव्हता, तो या वर्षी दिसला. म्हातारी माणसं आश्चर्य करीत होती. तळ्याचा गाळ काढून ते खोल करायचं दुष्काळी काम निघालं होतं. त्यातही फसवाफसवी चालली होती. आसपासच्या चारी वाड्यांतला घरटी एक एकच माणूस कामावर घेतला जात होता. त्याच्या बदली त्याच घरचा दुसरा माणूसही चालत नव्हता. बाकीची माणसं रोज पाच पाच सहा सहा मैल जाऊन रस्त्यावरची कामं, खडीची कामं, डोंगर फोडून दगडं काढायची कामं करत होती. जाण्यात दीड दीड तास, येण्यात दीड दीड तास जात होता. सकाळी आठ वाजण्याच्या सुमाराला माणसं गावातनं निघायची नि तासरातीला परत यायची. दिवसभराच्या कामानं अगदीच मोडकळीला आलेली पन्नाशीच्या पुढची बापयं माणसं कामाच्या जागीच भुतासारखी शिळंपाकं खाऊन निजायची.

त्यात पुन्हा कामाला लावल्याबद्दल कमिशन, कुणी बडा अधिकारी येणार म्हणून हारतुऱ्याला, लाऊडस्पीकरला प्रत्येकाकडनं एक-एक दोन-दोन रुपये पट्टी काढली जायची. कधी अधिकारी यायचाही नाही. तरी पट्टी परत मिळायची नाही. आठवड्याचा बटवडा करताना खुशी म्हणून पुन्हा काहीतरी साहेबाला द्यावीच लागायची. खरं तर साहेब ती अगोदरच कापून घ्यायचे. तरी कामं चालली होती. घास-तुकडा पोटापुरता, जगण्यापुरता मिळत होता, यातच माणसं मुकाट होती. तक्रार करीत नव्हती– सदू सगळं सांगत होता. उंबऱ्यात बसून सांगता सांगता आभाळात येणाऱ्या पांढऱ्या तुरळक ढगाकडे बघत होता.

दोन दिवसांपासून तो तळ्याच्या कामावर जात नव्हता. गाळातला पत्रा त्याच्या पायात भसकरला होता. पाय दुध्या भोपळ्यासारखा सुजलेला. त्यामुळं खाडा करून तो घरात बसला होता. डॉक्टराकडनं इंजक्शन घेतलं होतं. सूज कमी होऊ लागली होती. पण पाय दुखत होता. चार दिवसांत बरं होईल, असं त्याला वाटत होतं.

घराघरात आंघोळी बंद झालेल्या. परसाकडंला गेल्यावरही पाणी थोडंच वापरायचं. दगडाधोंड्याचा अगोदर उपयोग करायचा. मग थोडंसं पाणी. जेवणानंतर सगळ्यासाठी ताटलीत थोडं पाणी ठेवायचं. त्यात सगळ्यांनी हात बुचकळून घ्यायचे. खरकटं पाणी शेळीला पाजायचं. त्या निमित्तानं तिच्या पोटात खरकटंही जाईल नि तिला पाणी प्याल्यासारखंही वाटेल, हा सगळ्यांचा हिशेब. उन्हाच्या झळा भाजून काढण्यासाठी स्वयंपाकघरापर्यंत घुसत होत्या. तापणाऱ्या हवेनं जीव गुदमरून जात होता.

जेवता जेवता धाकट्या शामूला जोराचा ठसका लागला. त्याच्या नाकातनं भाकरीचा चावलेला तुकडा बाहेर आला. बोलायला जमेना. डोळ्यांतनं पाणी आलं.

“आरं, पाणी पी.” मी ओरडलो. मधे ठेवलेला तांब्या त्याच्याकडं सरकवला.

घटा घटा घटा तो पाणी प्याला नि अर्धा तांब्या नाहीसा झाला. सदू त्याच्याकडं अशा रीतीनं बघत होता की ‘प्यायलास का सगळं पाणी! आता आम्ही काय घोड्याचं मूत प्यायचं?’ असं त्याला म्हणायचं होतं. पण मी शेजारी बसलो होतो. त्यामुळं त्यानं आतल्या आत स्वत:ला दडपलं. पण त्याच्या त्या नजरेनं शामू शरमिंदा झाला. त्याला आपण पाणी जास्त प्यायलो याची जाणीव झाली. पाणी प्रत्येकानं जेवताना केवढं केवढं प्यायचं हे जणू ठरल्यासारखं झालं होतं. मला हे सगळं चमत्कारिक वाटू लागलं. इतकी बिकट परिस्थिती गावाकडं असेल याची कल्पना नव्हती.

दुसऱ्या दिवशी दुपारी सदू सोप्यात बसला होता. अधनंमधनं हुळहुळणाऱ्या पायावर हळुवार बोटं फिरवीत होता. मी सोप्यातच घोंगड्यावर वाकळ टाकून उघडाबंब होऊन पडलो होतो. काढलेल्या शर्टानं वारा घेत होतो. घुसमटल्यासारखं होत होतं. दारातून आभाळात पांढरे भुरके ढग जरा जास्तच आल्यासारखे दिसत होते.

सदू दारातून सारखा त्यांच्याकडं बघत होता. “या बाबांनो खाली. कुणी तुम्हांस्नी नगं म्हणत न्हाई. तीन सालं झाली, रानात पिकाचा कोंब न्हाई का दाणा न्हाई. वढ्याघळीत, हिरीत पाणी न्हाई. कशाला उगंच वर बसूनच भुईकडं वाकून बघताईसा?” तो स्वत:शीच बोलल्यासारखा पावसाशी बोलत होता.

गावात आमचं शेत नुसतं दोन एकराचं तुकडं. तेही तांबूळ रान. माळाकडंलाच असलेलं. पाऊस पडला तरी त्यात फारसं काही येत होतं, असं नव्हे. पण ते पिकावं असं वाटत होतं. सदूला तेवढाच मानसिक आधार होता. मी गुंगीत डोळे मिटून वारा घेत घेत ऐकत होतो. काहीच बोलत नव्हतो. सदूचं बोलणं ऐकतो आहे, असंही दाखवत नव्हतो.

चार दिवस असेच गेले. या काळात ढगांचे रंग हळूहळू जास्त जास्त भुरके होत चालले होते. आभाळात त्यांची संख्या वाढत होती, जास्त जास्तच घुसमटत होतं.

सदू दारात बसून ढगांकडं बघत होता. काहीबाही बडबडत होता. ओळखीच्या माणसांशी काही ना काही तरी विषय काढून बोलावं, तसं त्यांच्याशी बोलणं उकरून काढत होता... अर्धवट वेड्यासारखी त्याची स्थिती झालेली... काय म्हणून तरी असा तोंड घेऊन बसलाईस? ऊठ की आता, ये खाली. तीन सालं झाली आला न्हाईस. ‘आता हितं आलो तर लोक आपल्याला धरून बडवतील.’ असं वाटतंय काय तुला? देवाघरचा दास तू. तुला कोण असं मारणार? उलट तुझी हळद-कुंकू लावून पूजा करायचं आमच्या मनात हाय. ये बाबा! गाव तुझंच हाय, असं समज. उतर खाली... असं काहीतरी बडबडणं. मी आतल्या आत अस्वस्थ होऊन चाललेलो. रजेचे माझे फक्त दोन दिवस उरलेले. तेवढे संपवून शहराकडं जायचं. जमल्यास

एक दिवस अगोदर पळायचं, असं मी पक्कं केलेलं.

पाचव्या दिवशी सकाळपासनंच अंगाकडनं घामाच्या धारा लागू लागल्या. ढगांची दाटी वाढली होती.

दुपारी तीनच्या सुमाराला आभाळात ढगांची पळापळ सुरू झाली. त्यांचा भुरकेपणा काळाभोर झाला होता. वारा आडवातिडवा वाहून धूळ उडू लागली. सदू मैदानातली एखादी कुस्ती बघावी तसे डोळे एकवटून आभाळात बघत होता. दोन्ही पैलवान तोडीस तोड असावेत, त्यांची झटापट ऐन रंगात यावी, त्यात आपला एक पैलवान असावा, त्याची सरशी व्हावी, त्यानं कुस्ती चितपट करावी, या इच्छेनं एखादा माणूस ती कुस्ती जागच्या जागी खिळून बघत असतो, तसं ढगांच्या घुसळणीकडं सदूचं बघणं. घुसळण जोरात चालू होती. धूळही जोरात उडून गल्ली भरून गेली होती.

विजा कडाकडा कडाडल्या नि पावसाची ओ आली. सदूचा जळका चेहरा फुलून आला. त्याच्या डोळ्यांच्या खोबणींनी ओंजळीसारखा आऽ वासला. शरीराच्या सापळ्यातल्या सापळ्यात तो बेभान झाल्यासारखा वाटू लागला. एखादा देव जसा देवऋषींच्या अंगात येतो तसा पाऊस त्याच्या अंगात येतोय की काय अशी चिन्हं दिसू लागली... मला कशाची तरी उगीचच काळजी वाटू लागली.

ढग पिसाळले. सैरावैरा पळू लागले. आपआपल्या जागा नक्की करू लागले. वारा पिसाटला होता. झडलेल्या झाडांच्या पांजरातून घो घो करून घोंगावू लागला होता. एक वीज कडाडाडाडा करून कडाडली नि सगळा गाव हादरून गेला. भुईवरची झाडं नि माणसं वर बघतच होती... 'ये बाबा ये! मार कडाकं, हाण टिप्पिरं! वाटलंच तर माझा जीव घे! पर ये!' सदू बडबडत होता.

आणि तसंच झालं. जाधवाच्या छपरावरचं पत्रं उडाल्याचा आवाज झाला. आमच्या परड्याकडच्या बाजूला असलेलं कदमाचं बारकं खोपाट संत तुकारामाला वैकुंठाला न्यायला आलेल्या विमानागत अंतराळात उडालं. त्याची म्हातारी कशीबशी ठेचकाळत आमच्या घरात आश्रयाला आली. ताडताड वाजत थेंब आणि गारा एकदम पडू लागल्या.

'पाऊस आला, पाऊस आला!' सदू एकदम ओरडू लागला. गल्लीतल्या माणसांनी ओरडून जल्लोष केला. घरं, गल्ल्या, रानं, माळ, गाव, झाडं भिजू लागली... 'आता नक्की पावसाळा सुरू झाला, दुस्काळ संपणार आता. पाणीच पाणी हुणार!' घरातली माणसं बोलू लागली.

मी गल्लीकडच्या पुढच्या दारातनं परड्याकडच्या मागच्या दारात आणि मागच्या दारातनं पुढच्या दारात वेड्यासारखा सारख्या खेपा घालू लागलो. परड्यातनं सारी गावंदरीची रानं दिसत होती. वळणाच्या तिठ्यावरच आमचं घर असल्यामुळं अर्ध-

अधिक गाव पुढच्या दारातनं दिसत होतं. ताड ताड ताड आडवातिडवा पाऊस सुरू झाला होता. वारा सांगेल ती दिशा धरून बडवत होता. झडी नसलेल्या दारातनं घरात येऊ लागला होता. तरी सदू किंवा दुसरी कुणीही माणसं दार झाकत नव्हती. मला थोडं दार पुढं करावंसं वाटू लागलं. कारण पाण्याचा पाटच आत येतोय, असं दिसत होतं. मी दाराला हात घातला.

"येऊ दे, येऊ दे. झाकू नका दार. घर काय बुडत न्हाई लगीच." सदू गडबडीनं बोलला. तो पाऊस झाला होता.

मी किंचित हसत गप्प उभा राहिलो.

वारा शांत झाला नि पावसाची लय सुरू झाली. आभाळ सारवल्यासारखं गडद झालं. भुरकं, एक रंगी दिसू लागलं. पोरं बाहेर पावसात येऊ लागली. कधी नाही ते गावात महाराजा आल्यागत पावसात नाचू लागली. कोरव्याची गाढवं, लुकडी झालेली कुसाची गायरं नि म्हसरं तशीच पावसात डोळे मिटून वरच्या गल्लीच्या वळणाजवळ रस्त्याकडेला उभी राहिलेली. लय सुरू झाली तरी थेंबांचा टिप्पिरा कमी नव्हता. तरी पोरं आणि ढोरं पावसात उभी. सगळ्यांनाच पावसाच्या गारेगार गुदगुल्या होत होत्या.

रस्ते गप्पगार भिजू लागले. आता संथ लय धबधबत सुरू झाली. रस्त्यावर पाणी साचू लागलं. पडणारे थेंब पाण्यात नाचू लागले. पांढऱ्या धारा स्पष्ट दिसू लागल्या. लांबवर त्याचा जाळीदार पिसारा आकाराला येऊ लागला. खाली माना घालून रस्त्याकडेची बसकी घरं भिजू लागली. धुऊन स्वच्छ होऊ लागली. त्यांच्या पावळण्यांतनं चावीच्या पाण्यागत मुसांडून स्वच्छ पाणी येऊ लागलं.

बेळ्यातल्या धोंडूनं ते निर्मळ पाणी बघितलं नि पटापट आपल्या घरातली भांडीकुंडी, बादल्या, तपेल्या, भुगोणी त्याच्या बुडी लावल्या. जग विसरून पाऊस बघणाऱ्या माणसांच्या नजरेला ती गोष्ट पडली. घटकाभराच्या आत ज्याची त्यांची भांडी खडखडली नि बघता बघता पावळण्यांच्या खाली येऊन पाणी साठवू लागली. आमच्याही घरातली भांडी अशीच बाहेर आली.

आईनं आणखी डोकं लढवलं. तिनं धुणं काढलं. अंगावर पोतं घेऊन दारातल्या पायधुणीच्या दगडावर बडवू लागली. घसाघसा घासून भराभरा पिळू लागली. समोरच्या सावूनं आपली बारकी पोरं उघडी करून पावसात ढकलली.

"या जावा भिजून. आंघूळ केल्यागत हुतंय."

जरा भिजल्यावर पुन्हा तिनं पोरं आत ओढली. घसाघसा त्यांची अंगं घासली नि पुन्हा पावसात सोडली. पटापटा आंघोळी झाल्या.

पावळण्या पाणी धो धो सोडतच होत्या. गल्लीच्या सगळ्याच बायकांची आठ आठ दिवसांचं पाणी भरून ठेवायची गडबड. बारकीसारकी चेंबलीसुद्धा पावळणी-

बुडी येत होती. पावसात भिजणाऱ्या माणसांच्या आंघोळी आपोआप होत होत्या.

सदूनं पहिल्या दणक्याला आंघोळ आवरून घेतली होती. नीरा आणि सुलू यांनाही तो न्हाणीत बसून गार पाण्यानं आंघोळी करून घ्या म्हणून सांगत होता. सदूच्या बारक्या दोन्ही पोरांना त्याच्या बायकोनं असच धुऊन काढलं होतं. नीरा-सुलू उद्योगाला लागल्या.

"शाम्या, घे की रं आंघूळ करून." सदू.

"मी न्हाई बाबा. कालच मी मठात करून घेतलीया." शामू आक्रसला. सदूनं काही सांगितलं तरी त्याला फारसं मानवत नव्हतं. स्वभावच तसा.

पावसात भिजावं, आंघोळ करून घ्यावी, असं मलाही वाटू लागलं. चार-पाच दिवस आंघोळही नव्हती. पण मला रस्त्यात उघड्यानं जायचा संकोच वाटू लागला. शहरातल्या सवयीमुळं पावसात नाचणंही नको वाटू लागलं. परड्याकडं जाऊन पावसात भिजावं, असं ठरवलं.

"आई, मीबी परड्याकडं जाऊन आंघोळ करून येतो."

"थंड पाण्यात नगं करू. पडसं हुईल. सवं नसणार तुला. मी पाणी तापवून देती." आई म्हणाली.

"नको, काय हुणार न्हाई मला." मला तशी आंघोळ नको होती. तीन वर्षांनी आलेल्या या दुर्मिळ पावसात न्हाऊन निघावंसं वाटत होतं.

मी हळूच परड्याकडं गेलो. अंगावर गंजिफ्रॉक आणि चड्डी ठेवून पावसात उभा राहिलो. उदंड वाटू लागलं. पाऊस प्रेमळ आणि मायाळू असतो, असं वाटू लागलं.

परड्यातनं उघडी रानं वाहत्या धुक्यात बुडून गेल्यागत दिसत होती. पाऊस पडेल तसं पाणी भेगाळलेल्या रानात मुरत होतं. रानाच्या अंगातल्या वाफा बाहेर पडत होत्या. खरं न वाटणारं दृष्य... मातीच्या अंगात किती धग असेल? येईल तेवढं पाणी मुकाटपणं पिऊन घेते आहे. थंड होते आहे.

सर्दीच्या भीतीनं मी थोड्या वेळानं घरात आलो. अंग कोरडं केलं. दुसरे कपडे घातले. पुन्हा पाऊस बघत दारात उभा राहिलो. जगावर आश्चर्य उतरल्यासारखा पाऊस. बोळातला सोनबा म्हातारा सगळ्यांना चकित करून गेला. जख्ख म्हातारा. शंभरीच्या आसपास आल्यागत वाटत होता. डोळ्यांच्या खाचा. कसा तरी जागा धरून बसलेला. तोही काठी टेकत दारात येऊन बसला. पडणाऱ्या पावसाकडं असा बघत होता की कुठली तरी शंभर वर्षांची ओळख काढून पाहुणा आला आहे.

बराच वेळ बघतच बसला. काठीवर रेटा देत हळूच उठला. उभा राहिला. डोईवरचा पटका हळूच काढून दिवळीत ठेवला. काठीचा आधार घेऊन खोकत खाकरत सरळ रस्त्यावर आला. उभ्या पावसात पावसाकडं बघत उभा राहिला. फांद्या पानं नसलेलं जुनाट खोड भिजत रहावं तसा दिसला. त्याला आभाळात काय दिसलं

कुणास ठाऊक? हातातली काठी टाकून, वर बघून त्यानं हात जोडले. दोन्ही हातांची ओंजळ केली नि तीर्थ घ्यावं तसं घोटभर पाणी तोंडात घेतलं. डोळ्यांना लावलं. चंद्रभागेत आंघोळ केल्यागत. 'हरि हरिऽऽहरि हरिऽऽ' म्हणत काठी उचलून घराच्या अंधाऱ्या भुयारात नाहीसा झाला.

शामूनं माझ्या पाठीमागनं हळूच त्याच्याकडं बघितलं. "म्हताऱ्यानं बेडका थुकायचं निमित्त करून आंघूळ आटपून घेतली वाटतं."

सगळीजणं हसली. सदू गप्पच होता. तो नाक फुगवून शामूकडं मोठमोठ्या डोळ्यांनी बघू लागला. त्याच्याकडं शामूनं लक्षच दिलं नाही.

आईनं धुणं आटोपलं.

नीराची आतनं हाक आली. "च्याऽ झालाय गंऽ आई."

सगळे स्वयंपाक घरात गेलो.

गुळाचा उनउनीत चहा बरा वाटू लागला.

"पाऊस खच्चून हाय." शामू सहज बोलला.

"असू दे की, तुझं काय जातंय?" सदू अचानक शामूवर खेकसला. त्याच्या शकुनापशकुनाच्या कल्पना वेगळ्या होत्या. 'पाऊस जास्त पडला' म्हटलं तर थांबेल असं त्याला वाटत होतं.

"माझं काय जाईत न्हाई, अण्णा. खच्चून पडाय लागलाय; बरं झालं, म्हणतोय मी." त्यानं काहीसा खवचट, काहीसा समजुतीचा सूर काढला.

"वडं-वघळी व्हाणार बघ आता." नीरा आईला म्हणाली.

"पैल्या पावसात एवढं कुठलं वडं-वघळं व्हावायला आल्यात? जमीन का थोडी तापलीया?" आई.

"असाच आणि तासभर रट्टा लागला तर व्हातीलबी. काय सांगता येणार न्हाई." सदू बोलला. त्याला अजून पाऊस पाहिजेच होता. महापूर यावा, असं मनोमन वाटत होतं. सगळ्या जगभर पाणी पाणी व्हावं नि दुष्काळ कायमचा हटावा, अशी त्याची इच्छा असावी.

"वडं व्हावलं तर तळ्याला पाणी येणार. चारी गावास्नी निदान प्यायला तरी पाणी हुणार मग." मी सहज बोललो.

"तेच म्हणतोय मीबी. चांगला बेझान पाऊस लागू दे नि वड्याला म्हापूर येऊ दे." सदू बोलला.

"गेल्या शंभर वर्सांत एवढं तळं कवा आटलं नव्हतं म्हणं." शामा.

"तुला काय ठावं? शंभर वर्सं झाली वाटतं तुला?" सदूनं शामूला उलटा प्रश्न विचारला.

"त्यो सोनबा म्हाताराच म्हणत हुता. हे तळं बांधूनच शंभर वर्सं झाली म्हणं

यंदा. तळं बांधलं तवाच ज्यो काय तळ दिसला हुता तेवढाच. त्यावर पुन्ना मधी कवाच न्हाई. सोन्याच्या पाच म्होरा, पाच रत्नं, एक माणूस एवढं सारं त्या वक्ताला तळ्याच्या पोटात आराला दिल्यात म्हणं. तवा कुठं तळ्याचा बांध गच्च बसलाय नि पाणी कायम तुडुंब ऱ्हायलंय.'' शामू.

''आणि आता पाणी आटलंय ते?'' सदूनं पुन्हा विचारलं.

''आता शंभर वर्सं झाली. तवा आताबी काय तरी ते आराला मागत असंलच की. त्याबिगार का ते आटलं असंल?''

''काय तरी उगंचच बडबडू नगं.'' नीरानं शामूला थांबवलं.

''आराला दिल्याबिगार धरणं, तळ्याचं पाणी, नदीची पुलं धर धरत न्हाईत म्हणं.'' सदूनं आपलं शहाणपण सांगितलं. ''तवा शाम्या म्हणतोय ते खरं असणार.''

बोलणं रंगत होतं. माझं ज्ञानविज्ञान शहरातच ठेवून मी गावाकडं आलो होतो. गावातला अडाणी माणूस होऊन ऐकत होतो. तसं ऐकताना बरं वाटत होतं. त्यांची जुनाट खेडवळ मनं चांगली उमलून वर येत होती. त्यांना धक्का लावू नये, ती बाहेर पडणाऱ्या पावसासारखीच धो-धो वाहू द्यावीत नि मनमुरादपणे भोगावीत, असं काही तरी मला वाटत होतं. त्यांच्यातला मीही एक होऊन त्याच्या उबदार गप्पा ऐकत होतो.

दीस बुडता बुडता पाऊस थांबला. गावंदरीच्या ओढ्यानं लाल गुलाबी पाणी वाहू लागलं. माणसं घरं सोडून बाहेर पडली. पावसानं गावाची मजा मजा उडवून दिली होती. हवेत एकदम बदल झाला होता. रानं चिंब होऊन खाचखळग्यात पाणी धरून पसरली होती. सगळ्यांची मनं कशी दिवाळीची आंघोळ केल्यागत झाली होती.

पत्रं उडालेलं जाधवाचं छप्पर बघायला गर्दी झाली. कदमाची म्हातारी आमच्या घरातनं कधी गेली होती मला पत्ताच नव्हता, मी परड्याकडं आंघोळ करत असतानाच ती कधी तरी गेली होती म्हणं. तिच्या खोपटाची मजा बघायलाही माणसं जमली होती. आत सगळं पाणी-पाणी झालेलं. त्या पाण्यातच तिची म्हस आणि रेडकू रवंथ करत उभं राहिलं होतं.

जाधव आपल्या पोराला घेऊन घाटग्याच्या परड्यात जाऊन पडलेले आपले पत्रे आणत होता. येता येता पावसाला आणि पत्रे बसवणाऱ्या सुताराला एकदमच शिव्या घालत होता. उंबऱ्यात बसलेल्या सदूला त्यांची मोठी गंमत वाटत होती.

''एऽ माझ्या जाधवाच्या शाण्या रामूऽ सालभर शेतात पिकवून खाशील की आता. पाऊस तुझी काळी पिकवंल तवा गॉड गॉड वाटंल की तुला. उगंच कशाला त्येला शिव्या द्यायला लागलाईस? आरं न्हवऱ्यानं मारलं नि पावसानं झोडपलं; तर सांगणार कुणाला? तुमच्यासारख्याच्या अशा तोंडानंच गावात पापं झाली नि तळ्याचं पाणी आटलं. पाऊस तीन तीन सालं तोंड घेऊन गेला...''

जाधवाचा रामू घरात जाऊन पोचला होता, तरी सदूचं तोंड सुरूच होतं. जाण्या-येणाऱ्या माणसांना ऐकू जाईल अशा बेतानं तो स्वत:शीच बोलत होता. ही जित्याची खोड होती.

दिवेलागणीच्या सुमाराला तळ्यावर दुष्काळी कामं करायला गेलेली माणसं गावात येऊन पोचली. गावात एक बातमी पसरली. शेजारच्या ढाणेवाडीची दोन माणसं वीज पडून तळ्यात मेली. तळ्यावर सगळा हलकल्लोळ माजला होता. ढाणेवाडीच्या दवाखान्यात मुडदं नेलं होतं. पण काहीच उपयोग झाला नव्हता. तो होणारही नव्हता.

बातमीनं गाव कावरंबावरं झालं. तीन-साडेतीनच्या सुमाराला कडाडलेली वीज मला आठवली नि मी आठवणीनं पुन्हा शहारून गेलो.

सदूला दोन माणसं जिवानिशी गेली त्याचं काहीच वाटलं नाही. तो एकदम उद्गारला; "अवंदा तळं नक्कीच तुडुंब भरणार बघा. तळ्याचा आत्मा आता थंड थंड झाला असणार." दारात बसूनच सदू बडबडत होता.

माणसं मेल्याची बातमी गावभर पसरत होती. घराघरांत बोलण्याला विषय झाला होता. तरी समोरच्या घरातला काळा गणू दारातल्या दगडावर गुमानच बिडी ओढत बसला होता.

दुष्काळी कामावरनं येणाऱ्या मूठाऱ्याच्या श्रीपतीला त्यानं विचारलं; "तळ्याला पाणी आलं काय रे?" त्याला पाण्याची काळजी.

"आलं तर. डोंगरावरनं पाण्याचं लोटच्या लोट तळ्याकडं यायला लागल्यात. पाऊस का थोडा झालाय व्हय डोंगरकपारीला? उद्यापासून तळ्यावरचं दुस्काळी काम बंद!" असं म्हणून तो पुढं गेला.

"त्येच्या आयलाऽ! आई घाटली का सरकारनं?" सदू बडबडला.

तो असं का बडबडला मला कळलं नाही. मी त्याच्याकडं बघू लागलो. दुपारपासनं उमललेला त्याचा चेहरा खर्रकन् उतरल्यागत दिसत होता. मी थोडा वेळ गप्प राहून सदूला विचारलं, "काय झालं रे, सदा?"

"तळ्यावरची दुस्काळी कामं बंद झाली म्हणं."

"झाली तर झाली. आता गावाला शेताच्या कष्टाला लागलं पाहिजे. पेरणी पाण्याची तयारी कराय नंग आता?"

"ते खरं; पर दादा, गावात कुणाजवळबी माणूस मेलं तरी मढ्याच्या पदरात बांधायला पैसा न्हाई. शेताची कष्टं, लागवडी का फुकट हुत्यात? माणसं नुसती झाडून काढलेल्या कणसांच्या पिशागत रिकामी झाल्यात. आता ज्यो त्यो शेतावरची आपली कामं आपूणच करणार. आपले घर तर रोजगाऱ्याचं. खायाचं काय सालभर? का त्या तळ्याचा गाळ?"

"ढकलायचं दीस कसं तरी. कधी न्हाई ते पाऊस आलाय. दुस्काळ हुता; थोडी वडाताण हुणारच."

"...घाण केली ह्या पावसानं. एवढ्या दणक्यानं आला नसता तरी काय बिघडलं नसतं. निदान तळ्यात तरी पाणी आजच्या आज यायला नको पाहिजे हुतं. वाद्याऽऽ पोटं चालायची कशी आमची? ...गाळ काढायचा कसा आता?" सदू स्वत:शी पुन्हा बडबडत बसला. आतल्या आत घुसमटल्यागत करू लागला. त्याच्यासमोर येणाऱ्या वर्षाचा पसारा आऽ वासून पसरत होता.

मी अवाक् होऊन त्याच्याकडं बघू लागलो. मघाशी गार पाण्यानं आंघोळ केली तरी घाम येऊ लागला होता. आभाळ फुगलेल्या पोटागत डब्ब झालेलं दिसत होतं.

झाडांची रानवाट

वय उतरतीला लागेल तसं दहाबारा आंब्याची झाडं दरूम्मानं पुन्हा रानाची शीव धरून लावली होती. जन्मभर रान आणि रानातली झाडं यांचं वेड त्यानं केलं. थोडं रानही त्याच्या हयातीत खरेदी झालं होतं. विहीर काढली होती.हे सगळं पोराबाळांसाठी वाढवलं. झाडंही पोरांसाठीच. एक चाफ्याचं झाड तेवढं मागच्या महिन्यात स्वत:साठी लावलं. तेही जगलं. तेवढीच नवी ओळख त्याला आपली वाटली. बाकी सगळे नवे चेहरे, नवी पोरं माहीत असूनही ओळखीची मात्र वाटत नव्हती. थोरल्याचं तर मळ्याकडं अजिबात ध्यान नाही. दौलूवर तेवढा त्याचा जीव. थोरल्या पोराचा तो पहिला पोरगा. दिसायलाही त्याच्या चेहऱ्या-मोहऱ्याचा. तो मनोमन म्हणायचा, "ह्या नातवाच्या जन्माच्या आदूगर आपूण मेलो असतो तर किती बरं झालं असतं. माझं नाव ह्येला ठेवलं असतं." त्याच्याबरोबर हा नातू रोज झाडांना पाणी घालायला जायचा. निदान ह्यानं तरी ही माती, झाडं नीट सांभाळावीत, असं त्याला वाटायचं.

"आजा, त्या झाडाला कशाला पाणी घालाय लागलाईस? मुळं कातरल्यात त्येची उंदरांनी" नऊ-दहा वर्षांचा दौलू.

"बघू या दोन बारड्या घालून. जगलं तर जगलं." झाडाच्या तळात बारडी कलंडत तो बोलला. पण झाडाची इच्छा दिसत नव्हती. खालनं वाळवी लागली होती नि उंदरांनी उकीर काढला होता, हे त्याला दिसत होतं. एवढं दणकट पण वाळवीनं पोखरलं. एक ढापी तेवढी गार. तिच्यावर तेवढी दहावीस पानं पाण्यावरच्या बुडबुड्यासारखी वाऱ्यानं फडफडत होती. ते कधी ढासळेल याचा नेम नव्हता.

तो तिथं घटकाभर थांबला. काटक्या झालेल्या हातांनी त्यानं ते खोड हलवून बघितलं. घट्ट होतं. पण जीव धरेल असं वाटत नव्हतं. कवाचं झाड! वाडवडलांच्याबी आदूगरचं. किती दीस त्येनं तरी जगायचं?

"आजा, ह्या झाडाला कवळा कोंबारा आलाय." नुकत्याच लावलेल्या चाफ्याच्या झाडाजवळ दौलू उभा होता. हातातली पत्र्याची कळशी त्यानं झाडाच्या तळात लवंडून दिली होती. आजानं बारीक किलकिले डोळे त्याच्याकडं फिरविले. चेहऱ्यावर रेषांचं जाळं आणि मधे दोन बारीक डोळे.

वाळवी लागलेल्या झाडाखालनं तो पुढं सरकला. पायांखालच्या मातीवरनं रांगत चालल्यागत गुडघ्यांत वाकून चालला. चालता चालता उगचंच त्याच्या

मनात आलं; मातीत रांगावं. तान्या बाळागत माती पोटभरून खावी. माती सगळ्यांस्नी सांभाळून घेती.

फटफट करून मागच्या झाडावर काही तरी वाजलं. त्यानं मागं वळून बघितलं. वाळवी लागलेल्या झाडावरच्या दहावीस पानांतलं एक पान निखळून भोवऱ्यात अडकल्यागत फिरत खाली येत होतं. हळूच झाडाखालच्या मातीवर येऊन ते उताणं पडलं. झाड तसंच वर आभाळाकडं बघत बसलेलं. पान कधी पडलं ते त्याला कळलंच नाही. तरी झाड मातीला धरून गच्च.

पानाकडं बघून तो पुढं गेला. बाभळीचं बेनलेलं झाड चालल्यागत त्याची तऱ्हा. तसाच काळा आणि वाळलेला. दौलूजवळ जाऊन त्यानं चाफ्याला आलेल्या कोवळ्या पानांचे अंकुर बघितले. हातापायांला पालवी फुटल्यागत झालं. झाड जगलं. ''बरं झालं; देवा, वासना पुरी केलीस. आता ह्या झाडाखाली माझी पोरं माझं थडं बांधू द्यात म्हंजे झालं. खुशाल या सावलीत आडवा हुतो. तिच्या कुशीत झोपून जातो. जलमभर हिला मी संभाळलं; आता ही मला संभाळंल.''

...चाफ्याचं उंच वाढलेलं झाड. त्याच्याखाली त्याचं थडगं. त्याच्यावर पडलेली चाफ्याची चारदोन फुलं; हे सगळं त्याला डोळ्यांत साठलेल्या पाण्यात दिसलं.

पटक्याच्या चिंधीनं त्यानं डोळं पुसलं नि दौलूला तडं गेलेल्या आवाजात म्हणाला; ''चल. आणि एक पाण्याची खेप आणू या आणि कलमीच्या झाडाला घालू या; म्हंजे झालं. आणि चारपाच सालानं तुला आंबं खायाला मिळतील.''

शेवटची खेप घालून तो पाण्याचा पाट भांगलायला गेला. दौलू वाढलेल्या आंब्याच्या झाडाबुडी काहीतरी करत, खेळत बसला. पाटात तण माजलं नव्हतं, तरी त्याला भांगलावं असं वाटत होतं. उनात बसून तरी काय करायचं? कुणासंगट बोलायचं? ज्यो त्यो आपल्यात दंग. वारगीचं कोण हाय आता? चुकून मागं राहिलेली वावरी शेंग मी. कवा पायाखाली गावून फटाकदिशी फुटतीया कुणाला दखल? माती तेवढी आपली–

खुरपं तसंच टाकून पाटातल्या ओल्या चिखल झालेल्या मातीकडे तो बघत बसला. आसपास तरणी माणसं उनाताणात कामं करत होती. ओढ्याकडनं जाणाऱ्या मांगणीला टिल्ल्या कुतरं भुंकत होतं. दावणीतली हिरवीगार वैरण पाडी गपागप खात होती. विहिरीत उतरलेला सुबऱ्या गडी डुमक्या मारत होता. जैनाच्या मळ्यातला मल्लू कुणाला तरी धावंवरनं शीळ घालून बोलवत होता. पण ह्यातनं कुठं तरी लांबलांब गेल्यागत तो मातीवर बारीक डोळं लावून न्याहाळत होता. आपलीच वाट बघत बसल्यागत दिसत होता.

हिरीजवळचा तेवढाच पाट भांगलून खुरप्याचं वसण काढत तो खोपीकडं जायला उठला. खारकीगत वाळलेल्या पायांतली हाडं कुडकुड वाजली. खळ्यावर

चिंबलेला जुना नांगर पडला होता. आपोआप खाली मान गेलेली. तिथंच थांबला. नांगराच्या दाताजवळ बसला. इसाडावर खुरप्याची मूठ मारून बघितली. खणखणली नाही. कुजक्या लाकडावर मारावी तशी कुचकुच वाजली. विहिरीतनं पाण्याची बारडी घेऊन येणारा सुबऱ्या म्हणाला;''जळणाला फोडायचा आता. काय न्हाई त्यात.'' तो उठला. खोपीकडं सावलीला चालला. उसाच्या कुपाकडंला जुनी गाडी मोडून पडली होती. नुसती शिडी तेवढी हाडांच्या सापळ्यागत जाग्याला पडलेली... एकटाच कसा ऱ्हायलो?

''दरूम्मा.'' उन्हाचंच थळू मळ्याकडं आला.

''काय रं?''

''राजगुंड पाटील आटीपलं. चल लवकर.'' ओळखीच्या कामाला चालल्यागत तो उठला. हयातीत साठ-सत्तर जणांना त्यानं नेऊन पोचवलं. भजनी मंडळ होतं. बिदागी दाखल मिळंल तेवढं सगळ्यांना जराजरा वाटून द्यायचा. तेवढ्यासाठी मंडळातला प्रत्येकजण मनापासनं धंदा करत होता. त्याचा शब्द पाळत होता. येईल त्यावर जगत होता.

थळूबरोबर घराकडं आला. दौलूही उड्या मारत मागोमाग आला. दारासमोर त्याची वाट बघत भजनाचा ताफा बसला होता. उंबऱ्यात बसलेल्या वर्षाच्या नातवाला त्यानं बाजूला उचलून ठेवलं नि आत गेला. थळूही आत आला. त्याच्याजवळ खुंटीचं मृदंग दिलं. आपण टाळांचा जुडगा घेऊन बाहेर आला. थळूनं त्यातली एकएक जोडी प्रत्येकाला दिली. त्यानं पटका बदलला. सगळ्यांना जराजरा बुक्का लावला. भजनी-मंडळ तयार झालं. आपल्या तीस-चाळीस वर्षांपासनं असलेले टाळ घेऊन तो बाहेर पडला.

जाता जाता त्यानं घरात सांगिटलं; ''जाऊन येतो पाटलाच्या मर्तिकाला.'' आतनं 'हूं' आलंच नाही. त्यानं कुणाला सांगितलं तेही कळलं नाही. बायको जाऊन दहा-बारा वर्षं झाली होती. घरात तीन सुना होत्या. त्यांची चार पोरं होती. आवाज दिला म्हंजे झालं. कोणतरी ऐकून घेतंय. आपलं घर हुतं. आता पोरांचं घर झालंय. चार पुत्तूर पोटाला आलं. जलमलं तवा गावजेवणं घातली.

–पर आता एकाचंबी ध्यान मळ्यात न्हाई. थोरल्याला फुडारीपण सुचलंय. खादी घालून तालुक्याच्या फॅक्टरीत न्हाईतर जिल्ह्याला दौड. कवातर विरंगुळा म्हणून मळ्यावर फेरी. खालचा, शेतकीचा कोरस शिकत गेला तवा आभाळ हातात आल्यागत वाटलं. पर सायेब झाला नि इंग्रजी खताच्या कंपनीत लागला. लागला तसा मूळ मातीला इसरला. बायकूबी तिकडंच नि ह्योबी तिकडंच. 'इंग्रजी खतं वापरा' म्हणून सगळ्या जगाला सांगत सुटलाय. सगळ्या उसाची जमीन ह्येच्या खतानं नासून गेली. मायेचा मारेकरी ठरला. वाहवा रं माझ्या पुता! मधलं शिकलं न्हाई म्हणून शेतकीत तरी ऱ्हायलं.

आता त्येच बरं वाटतंय; खरं त्या वक्ताला शिकत न्हवतं, डोसकं शिकण्यात चालत न्हवतं, म्हणून वंगाळ वाटत हुतं. अडाणी ऱ्हायला म्हणून पांढर धरून तरी ऱ्हायला. पिकीवतोय म्हणून सारी आयती खात्यात. उड्या मारत, थेरं करत हिंडत्यात. धाकट्यानं तर ताळच सोडलाय. नोकरीच्या नावानं जिल्ह्यात जाऊन बसलाय. कापडावर कस्पाट पडलं तरी झटकतोय– आरं, ह्या मातीत जलमलास. शेवटाला तिच्यातच जाणार हाईस.

...करा करा! काय करता ते करा! राजकारण करा, सायेब व्हा, न्हाई तर केसं वाढवून चैन करत हिंडा. मला काय त्येचं? तुमचं नशीब तुमच्यासंगं. माझं काय ऱ्हायलंय आता हितं?– दरूम्मानं झडक्यानं डोसकं झटकलं नि पाय बाहेर काढला.

पाटील मेल्याचं कळल्याबरोबर सगळं गाव ढवळून निघालं होतं. फेसाळल्यागत माणसांची दाटी वाड्यासमोर झाली होती. म्हारामांगांच्या बायका 'धनी गेलाऽ' म्हणून रस्त्याकडंला बसून ऊर बडवून रडत होत्या. शेवटचं दर्शन घेण्यासाठी बाकीच्या बायकांची मुकरंड झालेली. मळ्यात काम करणारे गडी आता आपणाला पुढं कोण ठेवून घेतंय का नाही कुणाला दखल, म्हणून गंभीर चेहरे करून हिंडतेले. सनदी-शिपाई जाचातनं सुटलो म्हणून आत हायसं वाटून घेऊन वर रडतेले. आत पाटलिणीचं काय झालंय याचा कुणालाच पत्ता नव्हता. ती आत आतच अडकलेली.

कुलकर्णी इकडं-तिकडं हिंडून काहीतरी कामं सांगत होता. गड्यांपैकी दोघांनी मळ्याकडं जाऊन फुलांच्या करंड्या आणल्या. एकजण गाडी घेऊन तुळजाबागेतनं घडाच्या चार केळी घेऊन आला. बाजारात जाऊन एकानं गुलाल, धूप, कापड, सुतळी आणि बाकीचं सामान आणलं– मर्तिकाच्या सोहळ्यात जो तो दंग झालेला. पाटलाच्या जिवावर जगणाऱ्यांनाही कामं करताना सार्थक वाटत होतं. उपकार फिटत होते. प्रत्येकजण ती संधी साधत होता. मरणाच्या गर्दीतही जगताना बरं वाटत होतं.

रस्त्यावर पसरलेली बाहेरची गर्दी आटपण्याची वाट बघत होती. बडे शेतकरी होते. एक वकील होता. सरकारी शाळेतले हेडमास्तर आले होते. वाट बघण्यात वेळ फुकट जाऊ नये म्हणून जो तो आपल्या कामाविषयी, व्यवहाराविषयी गप्पा-गोष्टी करत होता. पण हे सगळं आतल्या आवाजात. ह्या सगळ्यांच्यावर घरातून बाहेर येणारा हलकल्लोळ धुपासारखा पसरलेला. भिंतीला उभ्या केलेल्या केळी सतीसारख्या वाटत होत्या. जवळच्या फुलांच्या करंड्याही तशाच भेसूर दिसतेल्या. आतून किंचाळ्या ऐकू येत होत्या; पण गर्दीतल्या कुणाचंही तिकडं लक्ष नव्हतं.

दरूम्माचे डोळे ह्या गर्दीच्याही पलीकडं कुठंतरी लागलेले. तो एका बाजूला ताफा घेऊन बसला. बसताना हातांतले टाळ एकमेकाला लागून मन भरून घनघनले.

नाद ऐकून त्याला बरं वाटलं. एका देहाला नेण्यासाठी सगळ्या देहांची गर्दी. एक झुरळ मेलं नि पन्नास मुंग्या आल्या.

मृदंग दंग दंग झालं. टाळ जागे होऊन हळूहळू ठेका शोधू लागले. 'जय जय राम कृष्ण हरी' नं तोंड फुटलं. त्याच्या अंगात झिणझिण्या येऊ लागल्या. तालसुरांचा जीव एक होऊन करंडीतल्या त्या फुलांसारखा फुलू लागला. नादांच्या सरी झिमझिमू लागल्या. 'रूप पाहता लोचनी, सुख झाले हो साजऽनी तो हा विठ्ठल बरंऽऽ वा, तो हा माधव बरं ऽऽ वा!' घर, पोरं, लेकी, सुना कोण बरी न्हवंत. समदी ज्येची ती. आपल्यापुरतं आपूण खरं हीच वळखीची वाट 'आम्ही जातो अमुच्या गावा, अमुचा ऽ राम राम घ्याऽऽवा–'

'रूप पाहता' कधी संपलं आणि 'आम्ही जातो' कधी सुरू झालं; त्याला कळलंसुद्धा नाही. मेलेल्या कातड्याचं मृदंगही जिवंत होऊन मोठ्या वेगानं 'रामराम घ्यावाऽ' म्हणून डोलत होतं. त्याच्या हातांच्या हाडांनी त्याच्याशी बरोबर ताल धरला होता. या धरलेल्या तालात त्याच्या कानांवर भोवतीचा हलकल्लोळ जराही येत नव्हता. डोळ्यांनाही समोरची गर्दी दिसत नव्हती. बाकीची मंडळी त्याचं आज्ञाधारक अनुकरण करत होती. अधूनमधून गर्दीकडं बघत, आरडा ओरडा कानांवर घेत तालाला ताल धरत होती.

आंघोळ घातलेल्या पाटलाचा देह बाहेर आणला. चेहरा शांत आणि प्रसन्न. त्याला दारू नको होती. नशेत रंगणारे धुंद डोळे मिटून नम्र झाले होते. काहीतरी जबरदस्ती करण्यात जन्मभर धडपडलेली गात्रं ढिली होऊन विश्रांती घेत होती. भोवतीनं असंख्य देहांची गडबड आणि धडपड. आत त्या एका देहासाठी अनेकांचा आरडाओरडा. अन्यायी होता, तरी तो पोटापाण्याचा आधार होता. अजून त्याच्यावरचं प्रेम सुटलं नव्हतं. अनेकांच्या शिकारी करून मटकावलेल्या त्याच्या अंगावर अत्तर फासलं जात होतं. धाकट्या भावानं ठेवणीतला जरीचा फेटा काढला नि आपल्या डोक्याला प्रथम गुंडाळला. मग तसाच उचलून पाटलाच्या डोक्यावर अबदार ठेवला. अंगावरचं वस्त्र व्यवस्थित केलं. धाकट्या भावाच्या प्रेमाचं दर्शन सगळ्यांच्या साक्षीनं व्यक्त झालं. मोठ्या खुर्चीला चार केळी बांधून सजवलेली तिरडी तटस्थपणानं गर्दीमध्ये पडून होती. तिच्यावर देह आणून ठेवला. हलकल्लोळ वाढला. मृदंगाचा आवाज नि टाळांचा ठेका वेगानं घनघनू लागला. 'अमुचा राम राम घ्यावा, अमुचा राम राम घ्याऽवा–' तो एकजीव होऊन गेला.

तिरडी उचलली नि यात्रा निघाली. गर्दीत अबोलपणे कुचंबत बसलेल्या लोकांना, शेतकऱ्यांना, वकिलाला हायसं वाटलं. पाणी तापवलेली गाडगी मोकळी झाल्यावर वळचणीला आणून ठेवली. त्यांचे डोळे आभाळाकडं लागले. वाड्याचा दरवाजा प्रेतासारखा आऽ करून यात्रेकडं बघत राहिला. पुढचा रस्ता, दारं, खिडक्या

माणसांनी फुलली होती आणि हे सगळं ते प्रेत डोळे मिटून बघत होतं.

ज्यानं त्यानं पाटलांचं दर्शन मोठ्या भक्तीनं घेतलं. कुणी पहिल्यांदा एवढी मोठी मरणयात्रा बघत होतं. मोऱ्याचा सात्या तर ते मरण बघून भिऊन आत पळून गेला नि बिळातल्या उंदरागत धडधडतं काळीज मुठीत घेऊन स्वयंपाकघरात बसला. पोरांना ती गर्दी बघत शेवटापर्यंत जावं असं वाटत होतं; पण त्यांच्या आया त्यांना सोडत नव्हत्या. त्यांना हातात घट्ट धरून ठेवत होत्या.

"काय गंऽ बाई, पाटलांनी माया लावली हुती!" असं म्हणून दारातल्या गोरगरिबांच्या बायका गर्दीकडं बघून नवलाई उपभोगत होत्या. पण त्या रस्त्याला हे सगळं जुनं होतं. त्याला याचा अनुभव कैक वेळा आला होता. दोन्ही बाजूंना दारं सताड उघडी ठेवून बसलेल्या घरांना हे खूप खूप ओळखीचं होतं. त्या रस्त्यानं सगळ्यांत पुढं जाणाऱ्या दरूम्माला हे सगळं माहीत होतं. घराघराजवळ त्याला त्या खुणा दिसत होत्या. अतिशय ओळखीच्या वाटेनं तो जात होता– खूप जाळ पाहिले होते.

पण ह्या वेळी तो जास्त परक्यासारखा वागत होता. हातापायांची अवस्था जळणाच्याही पलीकडं गेली होती, चेहऱ्यावरच्या सुरकुत्यांत डोळं कुठं आहेत ते कळत नव्हतं. खूप बघून ते डोळेही कंटाळले होते. केवळ सवय होती म्हणून हात हलत होते नि पाय चालत होते.

विधी आटपून माणसं आपल्या कामाला परत गेली. घरात आल्यावर दुखलेले पाय उराशी घेऊन तो खोपड्यात जाऊन बसला.

रात्री दूध आणि कण्या पातळ करून थोडंसंच घळाघळा प्याला. जास्त खाल्लं म्हणजे काय होईल याचा नेम नव्हता. हळूच सोप्यातल्या अंथरुणावर देह ठेवला. हाडं दुखत होती. कुरकुरून नको नको म्हणत होती.

सुना, पोरं, पोरांची पोरं जेवू लागली. पाण्यावरच्या बुडबुड्यासारखा गप्पांचा आवाज कानांवर येऊ लागला. उद्या कामं काय करायची. दौल्या खोड्या कसा करतोय, सुताराची निमी घाटग्याच्या हिंद्याबरोबर कशी पळून गेली, लिंबाळकराच्या पोरांची हातभर बांधासाठी मारामारी कशी झाली, याची बोलणी निघत होती. कान झाकता येत नव्हते म्हणून त्याच्या कानांवर येऊन आदळत होती, तरी ती आत जाऊन भिनत नव्हती. डोकंही आता या कामाला कंटाळलं होतं.

निम्मी रात उलटली तरी काळ्यागिट्ट अंधारात तो डोळे उघडे ठेवून पडलेला. सगळं गाव शांत झालेलं. घरात अधनं-मधनं नातू खुसखुसत होता. त्याची आई गपगप म्हणत होती. मधल्या सुनेला पित्त जास्त झाल्याचं निमित्त होतं. ती सारखी न्हाणीत जाऊन उलट्या होतात काय बघत होती. दारामागच्या खोलीत घटकाभर

कांकणांचा आवाज आणि कुजबूज ऐकू आली. मग पुन्हा सगळं थंड झालं... हे सगळं रोजचंच होतं. त्या काळ्या शांततेत ते कानावर येत होतं आणि आपण जागं असल्याचं त्याला कळत होतं. पण हे ऐकून रक्त तापत नव्हतं. अंकुर फुटलेल्या बियाच्या टरफलागत अवस्था. पोराबाळांचा येलइस्तार वाढला नि आपूण टरफल झालो. सगळा खेळ खलास. एवडं मिळवून ठेवलं पर सारी नदीपतोर आली. पाटील तसाच पत्त्या नाई ते राक होऊन गेला. जलमभर गावाला मुरगळत बसला नि पाठीमागं एवढा दांडगा गडगंज वाडा ठेवून तसाच निघून गेला... विचारांच्या तंद्रीत तो स्वप्नात विरघळला. चित्रविचित्र भास होऊ लागले.

...ह्या! ह्या पाटलाचा वाडा कुठला? हे आपलंच घर. लाकडाची चौकट हाय न्हवं का ही! पाटलाच्या वाड्याला दगडी चौकटी हाईत. ही गल्लीतलीच माणसं. घरासमोर कालवा. कोण मेलंय घरात? देवा रं! माझंच मढं हातरुणात पडलेलं दिसतंय. चौघं ल्याक हिकडनं तिकडनं पळाय लागलेलं दिसत्यात. एकाच्याबी डोळ्यांत पाणी न्हाई; मोठ्यापणी रडणं बरं दिसत न्हाई. का ह्येंच्या डोळ्यांत पाणीच येत नसंल? सुना भांडाय लागल्यात का आरडाय लागल्यात कायबी कळत न्हाई. सवतं ऱ्हायाचं हुतं ह्यांस्नी... आता सुखानं ऱ्हावा बायांनो. जिवात जीव हुता तवर एक चूल ठेवली. आता पाडा भित्ती नि करा चारी बाजूंनी चार दारं. आंघूळ किती दिसांनी मिळाली. अंग कसं सलाऽऽ म पडलं. गऽप निजायचं आता. मेल्यावर उठायलाच येत नसतंय. बरं हाय हे. जय जय रामऽकृष्ण हऽरी... हातपाय अंगासंगं गच्च बांधल्यात. नवं कोरं कापड. किती दिसांनी मिळालं! गेली आठ-धा वर्सं पोरांचीच फाटकी कापडं घाटली. 'रामराऽम घ्याऽवा अमुचा रामराम घ्याऽवा' चला हलकाफूल झालोय. जळायला बरं झालं. चला चला, आटपा लौकर, भजनी मंडळ किती फुडं गेलं बघा ते. मागनं पोरं कुठं दिसत न्हाईत. गेली वाटतं तालुक्याला, जिल्ह्याला. जावा बाबानू! हितं काय हाय तुमचं?

ही हीर कशी काय मागनं येतीय? हिनं आपल्या कपाळीचं कुक्कू पुसलंय. हे काय केलं हिनं?

'तू काय म्हणून गं कुक्कू पुसलं? कशाला येतीस माझ्या मागनं?''

''कुठं जाऊ?''

''रानात जा. पिकांस्नी पाणीबिनी देत बस जा.''

''पिकंबी आल्यात पाठीमागनं.''

''का?''

''कोण बघणार आता त्यांस्नी?''

''असं का म्हणतीस बये. जाग्यावर काळंभोर रान हाय तवर कुणाच्याबी जिवाला धक्का न्हाई.''

"रानाच्याच जिवाला तर धक्का हाय; मग बाकीच्यांचं काय! उद्या तुकडं पडणार हाईत त्येचं जागच्या जाग्यावर. बांधाचं, झाडांचं. समद्यांचंच तुकडं!"

"आरं देवा रं! काय बोलू मी आता?"

त्यानं मागं वळून लांबलांबवर बघितलं. मागनं बरंच लटांबळ येताना दिसलं. जुना नांगर, मोडकी गाडी मागनं आपोआप चालत येत होती. झाडांची ओळच्या ओळ लागलेली. तीही झिंज्या सोडलेल्या सतीगत मागोमाग येणारी. उंबराच्या हातात गाडगं. वाळवी लागलेलं झाड तसंच. नांगट्या सकट सगळ्यांच्या पुढं जळणासाठी चाललेलं. चाफा अंगावरची फुलं तोडून उधळतेला. सगळं रान चारीही बांध उचलून घेऊन पिकासकट येणारं. भजन चालू होतं. थळू सगळ्यात पुढं होता. त्यानंच दरूची स्वत:ची जागा घेतलेली त्याला दिसत होतं. गळ्यात मृदंग. पण अधनंमधनं ठेका चुकत होता. तरी पायाखालची वाट बरोबर ओसरत होती. आमुचा रामराम घ्यावाऽऽ, आमुचाऽ राम राम घ्याऽवा!

सकाळ झाली. न्याहारीचा वकत होऊन गेला, तरी दरूम्मा उठला नाही. तो का उठला नाही, त्याचं काय झालं, याची कुणी चौकशीही केली नाही. सगळं घर नेहमीप्रमाणं आपल्या कामात दंग झालं होतं. थोरल्यानं न्याहारी करून फटफटीला जोरानं किक् दिली नि तो फॅक्टरीच्या दिशेनं तालुक्याला भरधाव जाऊ लागला. तालुक्याची वाट मळ्याशेजारनं जात होती. तिचा गळा घोटत मोटारसायकल आपसुख पुढं गेली. रानापासनं, गावापासनं लांब लांब जाईल तसा तिचा वेग प्रचंड वाढू लागला. झाडांची खेडवळ वाट बघता बघता मागं पडली. राष्ट्रीय महारस्त्याच्या गुळगुळीत डांबरावर आणखी वेग वाढला नि रॉकेटच्या गतीनं गाडी घनगर्द मळ्यापासनं दूर दूर जाऊ लागली.